“उमलत्या वयातील आरोग्यवाट”

डॉ. दिपाली हेमंत जानुगडे
एम.डी. (स्त्रीरोगतज्ज्ञ)

Qurate
quratebooks.com

''उमलत्या वयातील आरोग्यवाट''
डॉ. दिपाली हेमंत जानुगडे

Published in 2025

© Published by

Qurate Books Pvt. Ltd.
Goa 403523, India
www.qratebooks.com
Tel: 1800-210-6527, Email: info@quratebooks.com

ISBN: 978-93-58982-33-6

अनुक्रमणिका

प्रस्तावना

आजच्या घाई-गडबडीत जगण्याच्या जीवनशैलीत 'पालकत्व' हे एक मोठे आव्हान बनले आहे. विशेषतः जेव्हा दोन्ही पालक काम करणारे असतात, तेव्हा घर, करिअर आणि मुलांचे संगोपन या सगळ्यांचा समतोल राखणे अत्यंत कठीण ठरतं. आजची आई ही फक्त घरापुरती मर्यादित राहिलेली नाही. तिची स्वप्नं मोठी आहेत, ध्येयं ठरलेली आहेत आणि ते पूर्ण करण्यासाठी ती झटत आहे. पण, या प्रवासात तिला मातृत्वाची आणि पालकत्वाची जबाबदारीही तितक्याच समर्थपणाने पार पाडायची आहे आणि हे सोपं काम नाही.

किशोरवयीन मुलांच्या जगात डोकावून बघायला हवं. हा काळ म्हणजे त्यांच्या शारीरिक, मानसिक आणि भावनिक बदलांचा, गोंधळाचा, संवेदनशीलतेचा काळ असतो. या वयात त्यांना फक्त चांगले अन्न, चांगले कपडे किंवा दर्जेदार शिक्षणच पुरेसं नाही, तर त्यांना हवा असतो समजूतदारपणा, संवाद आणि जाणीवपूर्वक दिलेलं प्रेम.

या पुस्तकाचा उद्देश हा आहे, की पालक म्हणून आपल्या भूमिकेकडे फक्त जबाबदारी म्हणून न पाहता, ती एक सुंदर सहप्रवासाची संधी म्हणून बघावी.

किशोरवयीन मुलांशी संवाद साधताना आपण त्यांना काय समजतो, काय शिकवतो आणि कसा आधार देतो, यावर त्यांचे भविष्यातील व्यक्तिमत्त्व उभं राहतं.

"Read for Success" या उपक्रमातून प्रेरणा घेऊन हे पुस्तक हा एक छोटासा प्रयत्न आहे मुलांच्या भावविश्वात डोकावण्याचा, त्यांच्या वयातील गुंतागुंत समजून घेण्याचा आणि त्या वयाला समर्पक अशा मार्गदर्शनाचा.

या पुस्तकाच्या प्रत्येक प्रकरणात तुम्हाला अनुभव, विचार आणि कृतिशील उपाय सापडतील. वाचन हा एकच मार्ग आहे, जो तुम्हाला स्वतःला समजण्यास आणि तुमच्या मुलांशी नातं दृढ करण्यास मदत करतो. आजच्या युगात वाचन ही फक्त सवय नाही, तर ती एक गरज बनली आहे.

पालक होणं, म्हणजे फक्त बाळ सांभाळणं नव्हे तर त्यांच्या भविष्याची वाट घडवणं आहे.

चला, आपण एकत्र वाचूया, समजून घेऊया आणि सुंदर जीवन जगूया.

प्रत्येक आई-बाबांना एकच विनंती **पुस्तक वाचा, विचार करा, आणि तुमच्या कुटुंबाला वेळ द्या... मग पहा, जीवनात खरंच कशी जादू घडू शकते!**

हे पुस्तक माझ्या कुटुंबाला समर्पित करत आहे विशेषतः माझे पती, ज्यांनी माझ्या आयुष्याच्या प्रत्येक टप्प्यावर मला नेहमीच प्रोत्साहन दिलं; माझी लाडकी मुले, सासू सासरे आणि माझे आई-वडील ज्यांनी मला जपलं, घडवलं आणि आज मी जे आहे ते होण्यास मदत केली.

तसेच माझ्या मार्गदर्शक आणि वाचनप्रेरक डॉ. मंजुनाथ (Speed reading, mind performance coach) यांचे विशेष आभार, ज्यांच्या वाचनावरील उत्कटतेमुळे "Read for Success" या उपक्रमाद्वारे खऱ्या अर्थाने आयुष्य जगण्यास शिकविले. हे अनेकांच्या आयुष्यात एक मोठं टर्निंग पॉईंट ठरलं आहे.

याशिवाय, माझी लहान मैत्रीण प्राजक्ता मराठे-उमराणी हिचेही मनःपूर्वक आभार, जिने या पुस्तकातील विषयांचे संकलन करण्यात मला मदत केली.

किशोरावस्थेचा परिचय

किशोरवयीन काळ समजून घेताना

किशोर वय (Teenage) हा आयुष्यातील एक अत्यंत महत्त्वाचा आणि संवेदनशील टप्पा आहे. हा काळ मुलांच्या शारीरिक, मानसिक आणि भावनिक विकासाचा महत्त्वाचा भाग असतो. यामध्ये मूल 'लहानपण'यापासून मोठे होणे याकडे वाटचाल करत असते आणि त्यासोबतच अनेक बदलांचाही सामना करत असते.

मुला-मुलींचे बालपण संपून तारुण्य सुरू होण्याच्या या संक्रमणाच्या संवेदनशील काळाला 'पौगंडावस्था' असेही म्हणतात. हा काळ शारीरिक बदलांसोबतच मानसिक व भावनिक स्थैर्याच्या दृष्टीनेही महत्त्वाचा असतो. पालक म्हणून या टप्प्यावर मुलांना समजून घेणे, त्यांच्याशी संवाद साधणे आणि त्यांच्या बदलत्या गरजा ओळखणे अत्यंत महत्त्वाचे आहे.

आपल्या देशात, समाजात 'शारीरिक, लैंगिक वाढ आणि विकास' या विषयावर पालक आणि मुलांमध्ये मोकळेपणाने चर्चा करणे काहीसे अवघड मानले जाते. परंतु, या विषयावर संवाद साधणे आणि शरीरातील नैसर्गिक बदल समजून घेणे आवश्यक आहे. किशोरवयात होणारे शारीरिक बदल मुख्यतः शरीरातील हार्मोन्सच्या क्रियाशीलतेमुळे घडतात. मानवी शरीर रचना आणि त्यावर नियंत्रण ठेवणारी संप्रेरके (हार्मोन्स) ही एक अतिशय सुंदर प्रक्रिया आहे. याच संप्रेरकांमुळे मुला-मुलींच्या वाढीला चालना मिळते. मेंदूमधील मास्टर ग्रंथी (Pituitary Gland) सक्रिय होऊन शरीरात विविध संप्रेरकांची निर्मिती करू लागते आणि त्यामुळे शारीरिक तसेच भावनिक बदल घडतात. मुलांचे भविष्य घडविण्यासाठी आणि त्यांच्या विकासाला योग्य दिशा देण्यासाठी पालकांनी या टप्प्याची योग्य समज घेतली पाहिजे.

शारीरिक आणि मानसिक विकास

मानवाचा शारीरिक आणि मानसिक विकास जन्मापासूनच सुरू होतो, किंबहुना गर्भावस्थेतच याचा प्रारंभ होतो. या प्रक्रियेत गर्भावस्था, भ्रुणावस्था, नवजात शिशु अवस्था, बाल्यावस्था, किशोरावस्था, प्रौढत्व आणि वृद्धत्व अशा विविध टप्प्यांचा समावेश असतो. या टप्प्यांपैकी वय वर्षे 9 ते 15 हा कालखंड विशेष महत्त्वाचा मानला जातो. या कालखंडाला किशोरावस्था किंवा 'Adolescence' असे म्हणतात. या काळात मूल शारीरिक, मानसिक आणि सामाजिकदृष्ट्या विकसित होत असते आणि प्रौढत्वाच्या दिशेने वाटचाल करत असते. किशोरावस्थेतील लैंगिक वाढ व विकास ही महत्त्वाची प्रक्रिया असून यालाच 'कौमार्यावस्था' असे म्हणतात. या वाढीचा वेग आणि प्रक्रियेची सुरुवात प्रत्येक व्यक्तीमध्ये वेगवेगळी असते.

वयः संधी (Puberty) आणि हार्मोन्सचे महत्त्व

किशोरावस्थेतील बदलांची गती वेगवेगळ्या व्यक्तींमध्ये वेगळी असते. प्रत्येक मुलगा किंवा मुलगी वेगवेगळ्या वेळेला वयः संधी अनुभवतो किंवा अनुभवते. वय:संधीची सरासरी वयोमर्यादा 9.5 ते 14 वर्षे आहे. यादरम्यान होणाऱ्या लैंगिक व इतर शारीरिक बदलांचे कारण हार्मोन्समध्ये म्हणजे संप्रेरकांमध्ये होणारे बदल असतात. या प्रक्रियेत मेंदूतील पिट्युटरी ग्रंथी (Pituitary Gland) महत्त्वाची भूमिका बजावते. ही ग्रंथी FSH (Follicle-Stimulating Hormone) नावाचे संप्रेरक अधिक प्रमाणात स्त्रवते. मुलींमध्ये FSH संप्रेरक अंडाशय (ovaries) आणि इस्ट्रोजेन (estrogen) तयार करण्यास उत्तेजित करते, ज्यामुळे मासिक पाळी आणि स्त्रीसुलभ शारीरिक बदल होतात. तर मुलांमध्ये हे संप्रेरक वृषणांना (testes) टेस्टोस्टेरॉन (testosterone) तयार करण्यास प्रवृत्त करते, ज्यामुळे मुलांच्या शरीरात पुरुषसुलभ बदल घडतात.

किशोरावस्था (Adolescence)

किशोरावस्था ही सामान्यतः मानसिक, सामाजिक आणि परिपक्कतेच्या प्रक्रियेसाठी ओळखली जाते, जी वयात येण्याच्या (pubertal) बदलांनी सुरू होते.

महत्त्वाच्या संज्ञा

किशोरावस्था (Adolescence) :

किशोरावस्था ही सामान्यतः मानसिक, सामाजिक आणि परिपक्कतेच्या प्रक्रियेसाठी ओळखली जाते, जी वयात येण्याच्या (pubertal) बदलांनी सुरू होते.

वयात येणे (Puberty):

- किशोरावस्थेदरम्यान शरीरात होणारे शारीरिक बदल.
- प्राथमिक लैंगिक लक्षणे (Primary Sexual Characteristics): मुलं आणि मुलींच्या प्रौढतेची सुरुवात दर्शवणारे प्राथमिक लैंगिक बदल.
- दुय्यम लैंगिक लक्षणे (Secondary Sexual Characteristics): इतर बाह्य बदल, जे किशोरवयीन मुला-मुलींना प्रौढ पुरुष आणि स्त्रियांप्रमाणे दिसायला लावतात.

किशोरावस्थेतील बदल

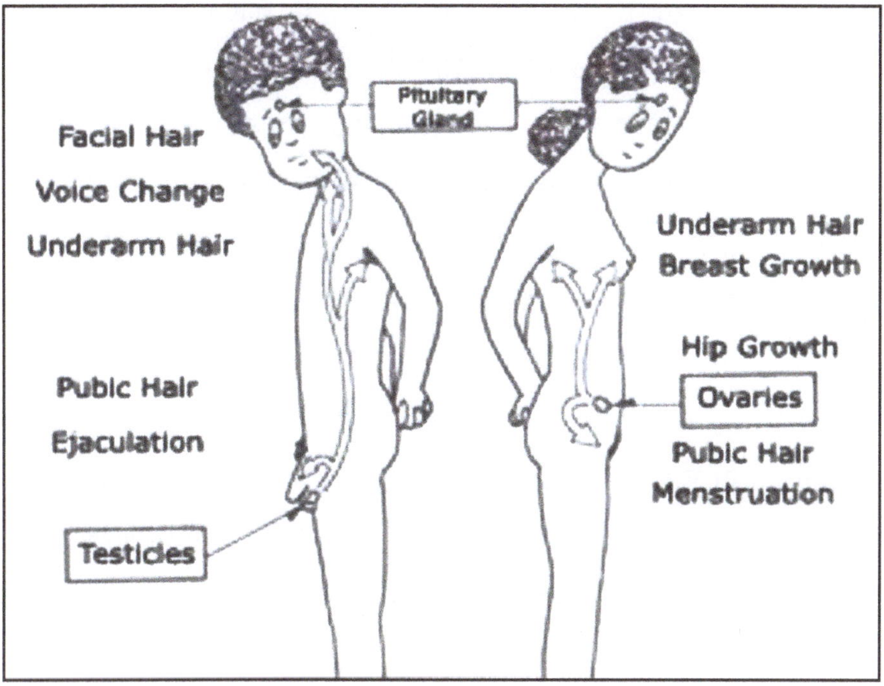

किशोरावस्थेत शारीरिक, मानसिक आणि भावनिक असे विविध प्रकारचे बदल होतात. या बदलांवर संप्रेरकांचे (hormones) नियंत्रण असते. संप्रेरकांमध्ये होणाऱ्या बदलांमुळे शरीराच्या वाढीचा वेग वेगवेगळ्या व्यक्तींमध्ये वेगळा असतो.

मुलींमधील किशोरावस्थेतील बदल

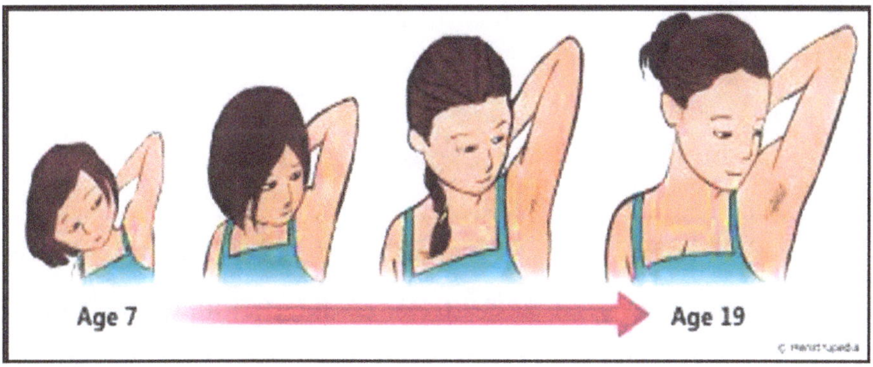

मुलींच्या किशोरावस्थेतील बदल साधारणतः 9 ते 11 व्या वर्षांपासून सुरू होतात आणि 15 ते 17 वर्षांपर्यंत सुरू राहतात. या कालावधीत संप्रेरकांमध्ये मोठे बदल होतात, ज्यामुळे विविध शारीरिक आणि भावनिक बदल घडतात. सर्वसाधारणपणे 12 किंवा 13 व्या वर्षी पहिल्या मासिक पाळीची (मेनार्क /menstruation) सुरुवात होते, जो किशोरावस्थेतील महत्त्वाचा टप्पा मानला जातो. मुलींमध्ये अंडाशय हे गर्भाशयाच्या दोन्ही बाजूंना, उजव्या आणि डाव्या बाजूस स्थित असतात. पौगंडावस्थेत, म्हणजेच वयाच्या 9 ते 13 वर्षांदरम्यान संप्रेरकांच्या स्त्रावांना प्रतिसाद देऊन अंडाशय कार्यशील होऊ लागतात. प्रत्येक महिन्यात एक अंडे विकसित होऊ लागतात आणि यावेळी अंडाशयात एस्ट्रोजेन आणि प्रोजेस्टेरॉन ही संप्रेरके तयार होतात. या संप्रेरकांच्या प्रभावामुळे गर्भाशयाच्या आतील अस्तर वाढते, विकसित होते आणि नंतर झडून जाते. या प्रक्रियेस साधारणपणे 28 ते 30 दिवसांचा कालावधी लागतो. प्रत्येक महिन्यात गर्भाशयाच्या अस्तराचे झडणे आणि रक्तस्त्राव होणे याला मासिक पाळी म्हणतात. मासिक पाळीचा हा कालावधी साधारणपणे 2 ते 7 दिवसांचा असतो.

मुलांमधील किशोरावस्थेतील बदल

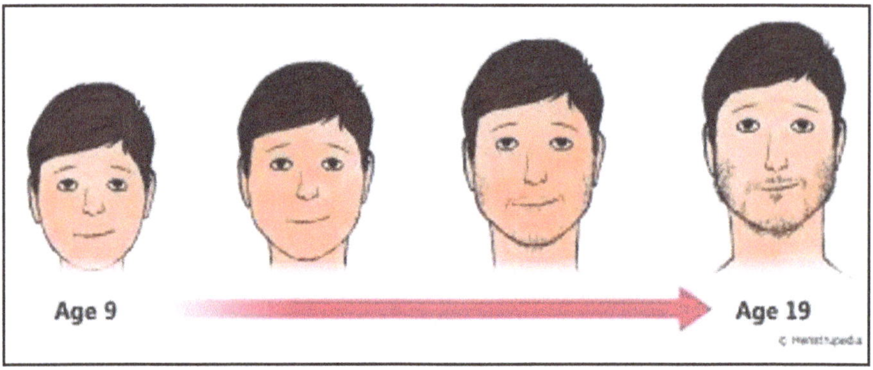

मुलांमध्ये किशोरावस्थेतील बदल साधारणतः 11 ते 12 व्या वर्षापासून सुरू होतात आणि 16 ते 18 वर्षांपर्यंत सुरू राहतात. मुलांमध्ये सरासरी तेराव्या

वर्षी पहिल्यांदा वीर्यस्खलनाची प्रक्रिया (पहिल्या वीर्यपतनाचा अनुभव) होते, जो त्यांच्या किशोरवयीन विकासातील एक महत्त्वाचा टप्पा मानला जातो.

मुलांमध्ये वृषण (Testes) हे सुरुवातीला म्हणजे भ्रूण अवस्थेत पोटात उजवीकडे आणि डावीकडे स्थित असतात आणि नंतर ते वृषणकोशात (Scrotum) सरकतात. पौगंडावस्थेत पिट्युटरी ग्रंथी संप्रेरक स्त्रवते, ज्यामुळे वृषण कार्यशील होतात. वृषणांमध्ये टेस्टोस्टेरॉन तयार होते, जे शारीरिक विकासास चालना देते. याशिवाय वृषण शुक्राणू आणि वीर्य निर्मितीमध्ये मदत करते.

Tanner स्केल - किशोरवयीन शारीरिक विकासाचे टप्पे (Tanner Stages)

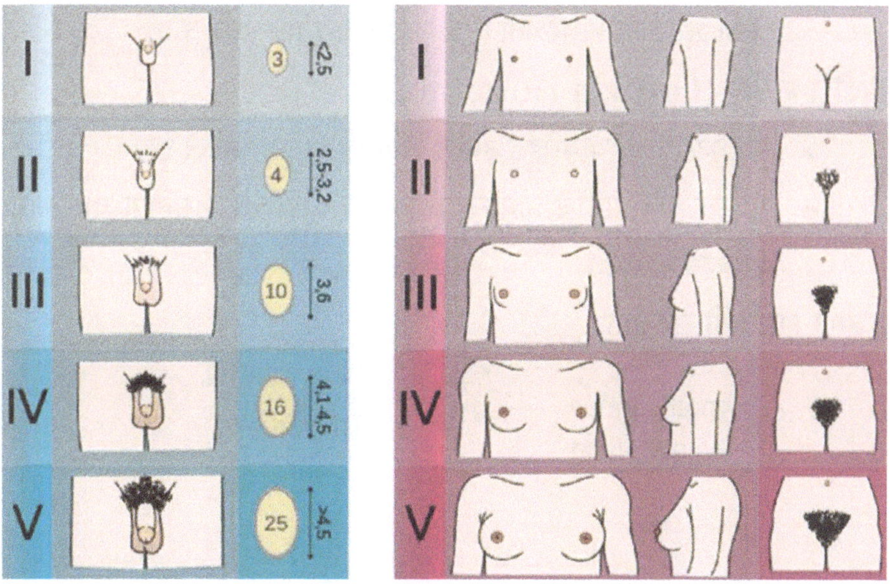

Tanner स्केल ही एक वैज्ञानिक पद्धत आहे, जी किशोरवयीन मुले आणि मुलींच्या शारीरिक बदलांचे आणि लैंगिक विकासाचे विविध टप्पे दर्शवते. हे टप्पे मुला-मुलींमध्ये शरीरात होणाऱ्या नैसर्गिक बदलांची शास्त्रीय माहिती देतात.

दुय्यम लैंगिक वैशिष्ट्यांचा विकास

किशोरवयात मुला-मुलींमध्ये दुय्यम लैंगिक वैशिष्ट्यांचा विकास होतो. मुलींमध्ये स्तनांचा विकास, शरीरावरील केसांच्या वाढीत बदल मुलांमध्ये आवाज बदलणे, दाढी-मिशा येणे, स्नायूंची वाढ आणि शरीरावर अधिक केसांची वाढ. हे बदल प्रामुख्याने एस्ट्रोजेन (Estrogen) आणि टेस्टोस्टेरॉन (Testosterone) या लैंगिक संप्रेरकांच्या वाढीमुळे होतात.

अ‍ॅड्रेनल ग्रंथी (Adrenal Glands):

- शरीरातील क्षारांचे प्रमाण नियंत्रित करणारे हार्मोन्स् तयार करतात.
- अ‍ॅड्रेनालिन नावाचे हार्मोन तयार करते जे राग, लाज किंवा चिंता याच्या वेळी शरीराला परिस्थितीनुसार सामोरे जाण्यास मदत करते.

वाढीचे हार्मोन (Growth Hormone) :

- पिट्युटरी ग्रंथी थायरॉईड आणि अ‍ॅड्रेनल ग्रंथींना सिग्नल देतात.
- ती स्वतःही वाढीचे हार्मोन्स् स्रवते, जे व्यक्तीच्या नैसर्गिक वाढीसाठी आवश्यक असते.

प्रजनन क्षमतेची सुरुवात

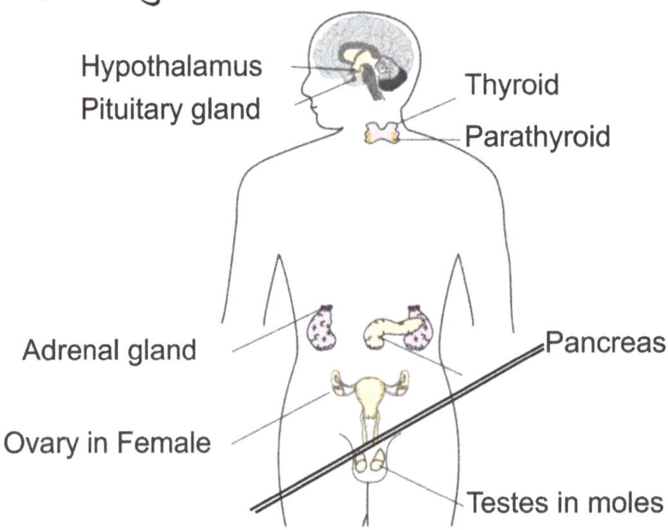

मुलींमध्ये प्रथम मासिक पाळी (Menarche) सुरू होते, जी गर्भधारणा करण्याची क्षमता दर्शवते. मुलांमध्ये वृषण (Testes) शुक्राणू (Sperm) तयार करू लागतात, त्यामुळे त्यांची प्रजनन क्षमता सुरू होते. ही संपूर्ण प्रक्रिया एचपीजी (HPG) 'अक्ष' अर्थात हायपोथॅलॅमस-पिट्युटरी-गोनॅडल प्रणालीद्वारे नियंत्रित केली जाते, ज्यामध्ये संप्रेरकांच्या साखळीद्वारे संदेश पाठवले जातात. त्यामुळे किशोरवयातील शारीरिक आणि प्रजनन क्षमतेशी संबंधित बदल सुरू होतात आणि टिकून राहतात.

शारीरिक लैंगिक वैशिष्ट्ये आणि मासिक पाळीचा प्रारंभ (मेनार्क) याचे वय व्यक्तिगणिक भिन्न असते आणि ते अनेक जैविक, अनुवंशिक आणि पर्यावरणीय घटकांवर अवलंबून असते. किशोरवयात होणाऱ्या बदलांपैकी 'उंची वाढ' ही एक प्राथमिक आणि महत्त्वाची प्रक्रिया मानली जाते. यानंतर शरीरात इतर दुय्यम लैंगिक वैशिष्ट्यांचा विकास सुरू होतो.

स्तनांचा विकास हा किशोरवयातील महत्त्वाचा टप्पा असून, स्तनांच्या कळ्या तयार होणे, ही प्रक्रिया थेलार्क (Thelarche) म्हणून ओळखली जाते. सामान्यतः हे बदल सरासरी 10.9 वर्षे वयात सुरू होतात.

त्यानंतर ॲड्रेनार्क (Adrenarche) घडते, ज्यामध्ये जांघा आणि बगल या भागांवर केसांची वाढ होते. प्युबिक आणि ॲक्सिलरी केसांची वाढ ही शरीरातील संप्रेरकांच्या क्रियाशीलतेमुळे होत असते आणि ती साधारणतः थेलार्कनंतर काही वर्षांनी दिसून येते.

मुलींसाठी स्तनविकासाचे टप्पे :

Tanner Stage I (साधारणतः 10 वर्षांपूर्वी):

या टप्प्यात स्तनविकास अद्याप सुरू झालेला नसतो. स्तन सपाट असतात आणि कोणताही उभार दिसून येत नाही. या अवस्थेत मुलगी बाल्यावस्थेत असते.

Tanner Stage II (10 ते 11.5 वर्षे) :

स्तनांच्या खाली थोडासा उभार जाणवू लागतो. ऐरिओला (निप्पल भोवतालचा गडद भाग) थोडा मोठा होतो. ही स्तनविकासाची सुरुवातीची पायरी मानली जाते.

Tanner Stage III (11.5 ते 13 वर्षे) :

स्तनांमध्ये स्पष्ट उभार दिसू लागतो. अरिओलाचा आकार आणखी वाढतो आणि स्तनाचा खालचा भाग थोडा गोलसर दिसतो. मुलगी आता स्त्रीच्या दिशेने शारीरिकदृष्ट्या संक्रमण करू लागते.

Tanner Stage IV (13 ते 15 वर्षे):

स्तन आणि अरिओला दोन्ही ठळकपणे उठून दिसतात. अरिओला वेगळी भाग म्हणून उठलेली दिसते आणि निप्पल उभे दिसते. हा टप्पा स्तनविकासाच्या शेवटच्या टप्प्यांपैकी एक आहे.

Tanner Stage V (15 वर्षांनंतर):

स्तनांची पूर्ण वाढ झालेली असते. अरिओला आणि स्तन एकसंध वाटतात आणि केवळ निप्पल उठलेला दिसतो. ही पूर्ण विकसित स्तनांची अवस्था आहे आणि यानंतर मासिक पाळीही नियमित होऊ लागते.

मुलींच्या पहिल्या मासिक पाळीस मेनार्क (Menarche) म्हणतात. साधारणतः स्तनविकास सुरू झाल्यानंतर 2 वर्षांच्या आत (टॅनर स्टेज 2 नंतर) पहिली मासिक पाळी येण्याची शक्यता असते. या टप्प्यावर पोहोचल्यावर शरीर प्रजननक्षम होऊ लागते आणि मासिक चक्र सुरू होते. मासिक पाळीचे चक्र साधारणतः 21 ते 45 दिवसांच्या अंतराने होते. सरासरी चक्राचे अंतर 32 दिवस असते. मासिक पाळीचा रक्तस्राव साधारणतः 3 ते 7 दिवसांपर्यंत होतो. मुलींमध्ये संप्रेरक अंडाशयांना एस्ट्रोजेन नावाचा संप्रेरक तयार करण्याचे संकेत देतात आणि अंडाणू (Oocyte) वाढवणे व प्रत्येक महिन्याला एक अंडाणू मुक्त करणे सुरू होते.

तसेच एस्ट्रोजेन एंडोमेट्रियमच्या वाढीवर परिणाम करते. अंडाशयातून निर्माण होणारे प्रोजेस्टेरॉन संप्रेरक शुक्राणूंनी फलित स्त्रीबीजापासून तयार झालेल्या एम्ब्रियोच्या ग्रहणासाठी (रुजवून घेण्यासाठी) गर्भाशयाच्या अस्तरावर (एंडोमेट्रियमच्या) विकासावर प्रभाव पाडते, अन्यथा गर्भाशयाचा एंडोमेट्रियमचा स्त्राव मासिक पाळी म्हणून निघून जातो -अशा प्रकारे दोन्ही एस्ट्रोजेन व प्रोजेस्टेरॉन हे संप्रेरक बीज तयार करण्यास, तसेच गर्भाशयाच्या एंडोमेट्रियमच्या विकासाला मदत करतात. यांचा समतोल राहणे हे खूप महत्त्वाचे ठरते.

मुलांमध्ये, जेव्हा ती पौगंडावस्थेत प्रवेश करतात, तेव्हा त्यांच्या शरीरात लक्षणीय बदल घडू लागतात. शरीराचा आकार वाढतो आणि वृषण, वृषणकोश (Scrotum) तसेच लिंगाचा आकार वाढू लागतो. काही मुलांमध्ये तात्पुरत्या स्वरूपात स्तनांचा सौम्य विकास होऊ शकतो, ज्याला गायनेकोमास्टिया (Gynecomastia) म्हणतात, परंतु हा बदल काही काळानंतर आपोआप नाहीसा होतो. त्यामुळे काही किशोरवयीन मुलांना थोडे अवघडल्यासारखे वाटू शकते. या कालावधीत आवाज बदलतो, तो आधी अनियमित होतो आणि वाढीच्या शिखरानंतर स्थिरावतो. जननेंद्रियांच्या परिसरात तसेच चेहऱ्यावर, हातांवर आणि पायांवर केसांची वाढ होते. त्वचेमध्ये तेलग्रंथी अधिक सक्रिय झाल्याने तेलकटपणा वाढतो आणि त्यामुळे मुरुमांची समस्या उदभवू शकते. याच काळात लिंगाचा आकार वाढतो आणि मुलांना स्तंभन (लिंग कठीण होणे आणि ताठ होणे) अनुभवास येऊ लागते. पौगंडावस्थेतील या बदलांमुळे मुलांच्या शरीरात शुक्राणू आणि वीर्य तयार होऊ लागते, जे स्खलनाच्या वेळी बाहेर पडते. या सर्व जैविक आणि शारीरिक बदलांमुळे किशोर वय हा शारीरिक, मानसिक आणि भावनिक परिवर्तनाचा महत्त्वाचा टप्पा ठरतो.

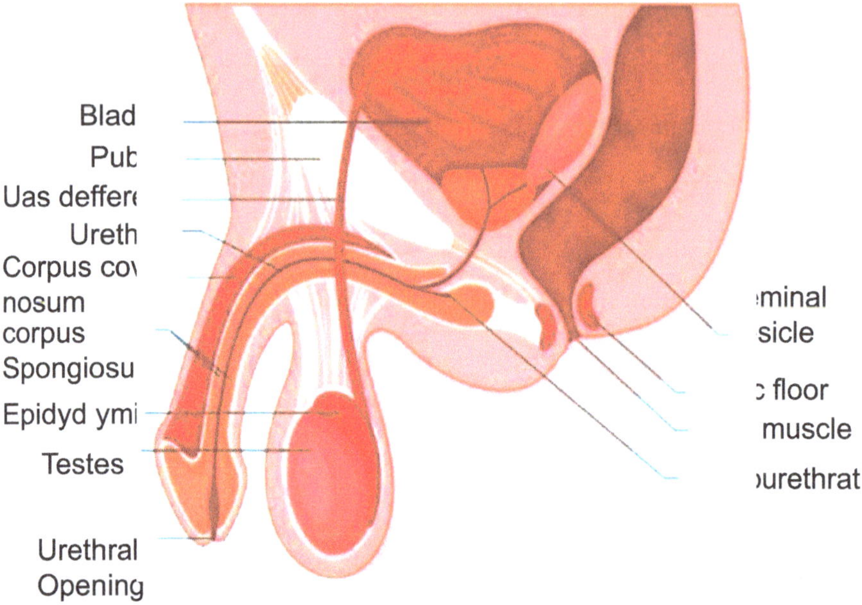

Male Reproductive System

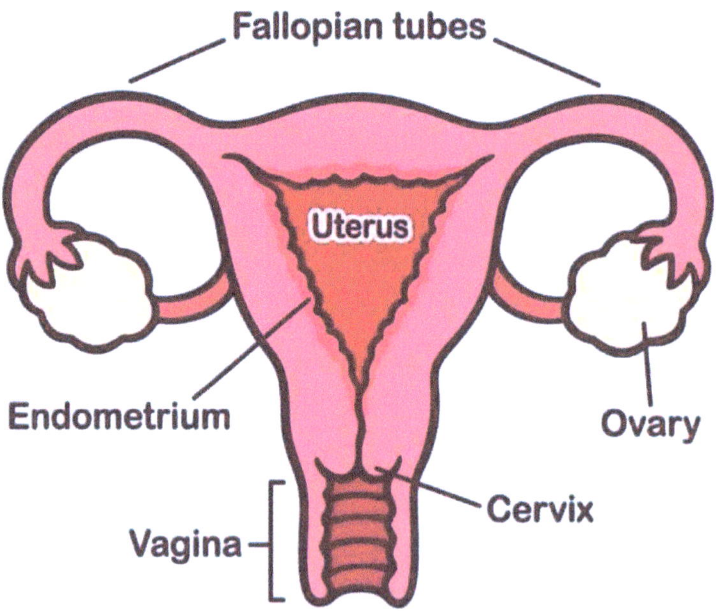

Female Reproductive System

वयात येण्यात होणारा विलंब (Pubertal Delay):

मुलींसाठी :

जर एखाद्या मुलीच्या 13 व्या वर्षीही स्तनांचा विकास झालेला नसेल, किंवा स्तनविकासास सुरुवात झाल्यानंतर 4 वर्षांनंतरही मासिक पाळी (menstruation) सुरू झाली नसेल, तर याला "वयात येण्यास विलंब" असे म्हणतात. यासाठी वैद्यकीय सल्ल्याची गरज असते. कारण हे हार्मोन्सच्या असंतुलनाचे, पोषणाच्या कमतरतेचे किंवा इतर अंतर्गत कारणांचे निदर्शक असू शकते.

मुलांसाठी :

जर एखाद्या मुलाच्या 13.5 ते 14 व्या वर्षीही अंडकोष किंवा स्क्रोटममध्ये कोणताही बदल दिसत नसेल, म्हणजेच अंडकोषाचा आकार वाढलेला नसेल किंवा केस येण्यास सुरुवात झालेली नसेल, तर हेही विकासात विलंबाचे लक्षण असू शकते. तसेच अंडकोषाच्या वाढीला सुरुवात झाल्यानंतरही 4 वर्षांनंतर जननेंद्रियांचा पूर्ण विकास झाला नसेल, तरीही वैद्यकीय मूल्यांकन आवश्यक ठरते.

महत्त्वाचे मुद्दे

- **किशोरवय (9–15 वर्षे) :** शारीरिक, मानसिक, भावनिक विकासाचा संवेदनशील टप्पा, बालपण ते प्रौढत्वाकडे वाटचाल.
- **शारीरिक बदल :** हार्मोन्समुळे (पिट्युटरी ग्रंथी); मुलींमध्ये एस्ट्रोजेन (मासिक पाळी), मुलांमध्ये टेस्टोस्टेरॉन (वीर्यस्खलन).
- **वय:संधी :** मुलींमध्ये 9.5–14 वर्षे (मासिक पाळी 12–13 व्या वर्षी), मुलांमध्ये 11–12 वर्षांपासून (वीर्यस्खलन 13 व्या वर्षी).
- **दुय्यम लैंगिक वैशिष्ट्ये :** मुलींमध्ये स्तनविकास, केसांची वाढ; मुलांमध्ये आवाज बदल, दाढी–मिशा, स्नायूवृद्धी.
- **प्रजनन क्षमता :** मुलींमध्ये मासिक पाळी (गर्भधारणा), मुलांमध्ये शुक्राणू निर्मिती.
- **मासिक पाळी :** एस्ट्रोजेन, प्रोजेस्टेरॉनमुळे गर्भाशयाचे अस्तर वाढते, 21–45 दिवसांचे चक्र, 2–7 दिवस रक्तस्राव.
- **मुलांमधील बदल :** वृषण, लिंग वाढ, तात्पुरता स्तनविकास (गायनेकोमास्टिया), शुक्राणू–वीर्यनिर्मिती.
- **मानसिक–भावनिक बदल : हार्मोन्समुळे अस्थिरता, पालकांचे मार्गदर्शन महत्त्वाचे.**
- **सामाजिक आव्हाने :** लैंगिक बदलांवर मोकळी चर्चा कठीण, पालकांनी संवाद वाढवावा.
- **विकास प्रक्रिया : उंची वाढ, त्वचा तेलकटपणा, मुरुम; बदलांचा वेग व्यक्तिगणिक वेगळा.**

किशोरांसमोरील आव्हाने

किशोरवयात तरुण मुलं हट्टी, चिडचिडी आणि अस्थिर स्वभावाची होऊ शकतात. या काळात शरीरात मोठ्या प्रमाणावर संप्रेरकांचे स्त्राव होतात, विशेषतः हायपोथालामो-पिट्युटरी-गोनॅडल अक्सिस सक्रिय होतो, ज्यामुळे किशोरवयीन मुलांमध्ये शारीरिक, लैंगिक आणि मानसिक परिवर्तन घडते. हा काळ त्यांच्यासाठी वैयक्तिक आणि सामाजिकदृष्ट्या फार आव्हानात्मक असतो. त्यांच्या मनातील संभ्रम, वाढत्या जबाबदाऱ्या, स्वतःची ओळख शोधण्याची धडपड यांमुळे ते कधी कधी घरच्यांना विरोधही करू लागतात. त्यामुळे या काळात पालकांनी त्यांच्याशी सुसंवाद साधण्यास प्राधान्य द्यावे आणि त्यांच्या दैनंदिन जीवनात एकरूप होण्याचा प्रयत्न करावा. योग्य संधी मिळताच त्यांना सकारात्मक मार्गदर्शन देणे आवश्यक आहे. या प्रक्रियेत आई-वडिलांची दोघांचीही भूमिका महत्त्वाची ठरते.

मानसिक आरोग्य आणि तणाव व्यवस्थापन

किशोरवयीन मुलांमध्ये चिंता, नैराश्य, आत्मविश्वासाची कमतरता आणि खाण्याच्या सवयींशी संबंधित त्रास आढळू शकतात. या टप्प्यात त्यांच्यात तीव्र भावना आणि मनःस्थितीतील चढ-उतार (मूड स्विंग्स) दिसून येतात. योग्य

संवाद साधून आणि त्यांना तणाव हाताळण्याच्या पद्धती शिकवून पालक त्यांच्या मानसिक आरोग्यावर सकारात्मक परिणाम करू शकतात. जर परिस्थिती गंभीर वाटली किंवा मुलामध्ये सतत नैराश्याची लक्षणे आढळली, तर त्वरित डॉक्टरांचा सल्ला घेणे आवश्यक आहे. व्यायाम, योग, ध्यान आणि सकारात्मक विचारसरणी यांमुळे मानसिक आरोग्य सुधारता येते. पालकांनी किशोरवयीन मुलांच्या बदलत्या सवयींवर लक्ष ठेवावे आणि त्यांच्यासोबत मोकळेपणाने चर्चा करावी.

वाईट सवयी आणि प्रभाव

या वयात किशोरवयीन मुलं मित्रपरिवार आणि माध्यमांच्या प्रभावाखाली येतात. दारू, सिगारेट, ड्रग्स किंवा असुरक्षित लैंगिक वर्तनासारख्या वाईट सवयी स्वीकारण्याचा धोका असतो. त्यामुळे त्यांच्याशी सतत संवाद साधणं आणि त्यांना योग्य मार्गदर्शन करणं अत्यंत आवश्यक आहे. पालकांनी मुलांना या विषयांवर उघडपणे बोलण्यास प्रवृत्त करावे आणि त्यांच्यासोबत विश्वासाचं नातं निर्माण करावं.

स्वतःची ओळख आणि निर्णयक्षमता

किशोरवयीन मुले स्वाभिमानी होतात आणि स्वतःच्या विचारसरणीचा विकास करण्याचा प्रयत्न करतात. ते तर्कसंगत विचार करू लागतात, योजना आखतात, उद्दिष्टे ठरवतात आणि स्वतःची तुलना मित्रांशी करतात. त्यांना स्वतंत्र निर्णय घेण्याची इच्छा होऊ शकते. मित्र त्यांच्या आयुष्यात महत्त्वाची भूमिका बजावतात आणि त्याचा त्यांच्या स्वभावावर मोठा प्रभाव पडतो. किशोरवयात स्वतःच्या लूकबाबत जागरूकता वाढते आणि कपडे, हेअरस्टाईल याकडे त्यांचं जास्त लक्ष जातं. ही एक नैसर्गिक प्रक्रिया असली तरी अयोग्य किंवा अपुऱ्या माहितीमुळे ती अधिक गुंतागुंतीची होऊ शकते. त्यामुळे पालकांनी त्यांच्या स्वातंत्र्याचा आदर करताना योग्य माहिती देण्याचे काम करणे आवश्यक ठरते.

पालकांची भूमिका आणि संवादाचे महत्त्व

पालकांनी किशोरवयीन मुलांना आदराने आणि टीका न करता हाताळले पाहिजे. त्यांची तुलना अन्य् भावंडांशी किंवा मित्रांशी करू नये. जर पालक मुलांची खिल्ली उडवत असतील किंवा त्यांची समस्या गांभीर्याने घेत नसतील तर ते मुलांचे विश्वासू मार्गदर्शक राहणार नाहीत. त्यांना समजेल अशी पुस्तकं, पॉडकास्ट किंवा तज्ज्ञांचे मार्गदर्शन उपलब्ध करून द्यावं. तसेच, पालकांनी स्वतःही योग्य माहिती मिळवून मुलांशी संवाद साधावा. पालक आणि मुलं यांच्यातलं नातं जितकं मजबूत आणि विश्वासार्ह असेल, तितकं किशोरवय अधिक सुसह्य होईल.

किशोरवय आणि लैंगिक आकर्षण

किशोरवय हा लैंगिक आकर्षणाचा उगम असतो, जो शरीरातील संप्रेरकांच्या (हार्मोनल) बदलांमुळे निर्माण होतो. वयात येताना मुलांना रोमँटिक आणि शारीरिक आकर्षण काय असतं, याची जाणीव होऊ लागते. एखाद्या व्यक्तीविषयी विचार केल्यानेही शारीरिक आणि मानसिक उत्तेजना जाणवू शकते. या काळात भावना तीव्र, गोंधळात टाकणाऱ्या आणि कधी कधी भारावून टाकणाऱ्या असतात. हा टप्पा त्याच्या लैंगिक कलाची ओळख निर्माण करण्यासाठी महत्त्वाचा असतो.

पालकांची भूमिका आणि आदर्श मूल्ये

किशोरवयीन मुलांसाठी आई-वडील हे त्यांचे पहिले आदर्श असतात. त्यामुळे पालकांचे परस्परांशी असलेले नाते मुलांच्या मानसिक आणि भावनिक विकासावर प्रभाव टाकते. पालकांनी विश्वास परस्पर, मैत्री, समानता आणि जिव्हाळ्याचे संबंध जोपासले, तर तीच मूल्यं मुलंही आपल्या आयुष्यात स्वीकारतात. स्वतःच्या वर्तनातून योग्य उदाहरण ठेवणे हे पालकांचे मोठे जबाबदारीचे कार्य असते.

लैंगिक कल आणि त्याची समज

लैंगिक कल म्हणजे एखादी व्यक्ती ज्या लिंगाकडे आकर्षित होते, त्याचा संदर्भ. यामध्ये विरुद्धलिंगी आकर्षण (heterosexuality), समलिंगी आकर्षण (homosexuality), आणि उभयलिंगी आकर्षण (bisexuality) यांचा समावेश होतो.

लैंगिक कल निवडता येतो का?

लैंगिक कल हा कोणत्याही व्यक्तीची निवड नसून तो जैविक, अनुवंशिक आणि पर्यावरणीय घटकांच्या प्रभावामुळे विकसित होतो. त्याच्या निर्मितीची नेमकी कारणं पूर्णतः समजलेली नसली तरी तो नैसर्गिक आणि सहजस्फूर्त असतो. तसं म्हटलं तर, वयात येण्याचा टप्पा मुलांसाठी आणि पालकांसाठी दोघांसाठीही आव्हानात्मक असतो.

लैंगिक शिक्षण

लैंगिक शिक्षण हा एखादा मोठा संवाद न ठेवता सतत चालणारी टप्प्याटप्प्याने दिली जाणारी प्रक्रिया असावी. किशोरवयीन मुलांनी वयात येताना त्यांच्या शरीरात होणाऱ्या बदलांबद्दल समजून घेणे आवश्यक आहे. कारण त्यामुळे त्यांना त्यांच्या शरीराबद्दल किंवा लैंगिकतेबद्दल असलेल्या कुतुहलाचे समाधान होते आणि स्वतःबद्दल अधिक जाणून घेण्याची संधी मिळते.

पालकांनी मुलांशी मोकळेपणाने आणि संवेदनशीलतेने संवाद साधावा, जेणेकरून त्यांच्या शरीराबद्दल किंवा लैंगिकतेबद्दल काही प्रश्न असतील तर ते संकोच न करता विचारू शकतील. शाळेत ऐकण्यापूर्वीच घरात लैंगिक शिक्षणास सुरुवात करणे महत्त्वाचे आहे, कारण शाळांमध्ये मुख्यतः शरीरशास्त्र, लैंगिकरित्या संक्रमित संसर्ग (Sexually Transmitted Infections STIs), आणि

गर्भधारणा यांसारख्या गोष्टी शिकवल्या जातात; परंतु पालकांनीही आपल्या मुलांशी या विषयांवर संवाद साधावा आणि त्यांना योग्य माहिती द्यावी.

लैंगिकता ही केवळ शारीरिक बाब नसून ती कौटुंबिक मूल्यांशी देखील संबंधित आहे. त्यामुळे योग्य वयात मुलांना त्यांच्या डॉक्टरांसोबत खासगी वेळ द्यावा, जेणेकरून ते त्यांच्या शारीरिक आणि मानसिक बदलांविषयी मोकळेपणाने बोलू शकतील. शरीराच्या भागांची योग्य नावे शिकवणे, हा पालकांनी संवाद साधण्याचा चांगला मार्ग आहे.

मुलांना चांगला आणि असुरक्षित स्पर्श यातील फरक समजावून सांगणे अत्यंत गरजेचे आहे. त्यांना हे ठामपणे पटवून द्यावे, की हे शरीर त्यांचे स्वतःचे आहे आणि त्यांना गोपनीयतेचे पूर्ण अधिकार आहेत. जर कोणी त्यांना अस्वस्थ करणारा किंवा अवांछित स्पर्श करत असेल, तर त्यांनी त्या व्यक्तीला थांबवावे आणि त्वरित पालकांना किंवा विश्वसनीय प्रौढ व्यक्तीला कळवावे. हे शिक्षण मुलांना लैंगिक अत्याचारांपासून सुरक्षित ठेवण्यास मदत करू शकते. त्यामुळे पालकांनी या विषयावर बोलताना कोणताही संकोच बाळगू नये, उलट विश्वासपूर्ण आणि सुरक्षित वातावरण निर्माण करावे, जेणेकरून मुले कोणत्याही भीतीशिवाय त्यांच्या शंका स्पष्ट करू शकतील.

संगतीचा प्रभाव

'भावनिक स्थैर्य' ही किशोरवयीन मुलांच्या मानसिक आरोग्यासाठी अत्यंत महत्त्वाची गोष्ट आहे. या वयात ते विविध पार्श्वभूमीच्या मित्रांना भेटतात आणि त्यांच्यावर वेगवेगळ्या प्रकारे प्रभाव पडतो. पालक म्हणून तुम्ही मुलांना त्यांच्या स्वतःच्या मूल्यांची जाणीव करून देणे आवश्यक आहे. त्यामुळे त्यांचा आत्मविश्वास वाढेल, विचारसरणी विकसित होईल आणि ते योग्य निर्णय घेऊ शकतील.

मूल्यांची जाणीव आणि कुटुंबाचा आधार

स्वतःच्या मूल्यांची जडणघडण ही घरातूनच सुरू होते. घरातील प्रत्येक व्यक्तीचा आदर राखण्याची सवय पालकांनी मुलांमध्ये रुजवली पाहिजे. आई-वडील मुलांसाठी आदर्श असतात, त्यामुळे त्यांचे वर्तन आणि संवाद सकारात्मक असावा. घरातील सुसंवाद आणि आनंदी वातावरण मुलांच्या व्यक्तिमत्त्व विकासासाठी, मानसिक आरोग्यासाठी अत्यंत महत्त्वाचे ठरते.

अर्थसाक्षरता आणि जबाबदारी

'आर्थिक शहाणपण' आणि 'मनी मॅनेजमेंट' हे आत्मविश्वास वृद्धिंगत करण्यासाठी महत्त्वाचे आहेत. मुलांना पैसे बचत करण्याचे, खर्च योग्य रितीने नियोजन करण्याचे आणि आर्थिक जबाबदारी स्वीकारण्याचे शिक्षण द्यावे. त्यामुळे ते जबाबदार ,स्वावलंबी होतील आणि भविष्यात कुटुंबातील जबाबदार सदस्य होतील.

ध्येय निश्चिती आणि सकारात्मक दृष्टिकोन

ध्येय निश्चित करणे, हा व्यक्तिमत्त्व विकासाचा एक महत्त्वाचा पैलू आहे. किशोरवयीन मुलांना त्यांच्या शैक्षणिक, आर्थिक, आरोग्यविषयक आणि सामाजिक उद्दिष्टांवर लक्ष केंद्रित करायला शिकवा. यामुळे त्यांच्यात यशस्वी होण्याची मानसिकता विकसित होईल. सकारात्मक विचार करण्याची सवय लावणे, हे मानसिक आरोग्यासाठी महत्त्वाचे आहे. मुलांना नेहमी आशावादी राहण्याची, अडचणींवर योग्य प्रकारे मात करण्याची आणि सकारात्मक दृष्टिकोन ठेवण्याची प्रेरणा द्या. यामुळे ते आत्मनिर्भर आणि आत्मविश्वासपूर्ण होऊ शकतात.

महत्त्वाचे मुद्दे

- किशोरवयीन स्वभाव हट्टीपणा, चिडचिड आणि भावनिक अस्थिरता यांसाठी संप्रेरक बदल (हायपोथालामो-पिट्युटरी-गोनॅडल अक्सिस) कारणीभूत.
- मानसिक आरोग्य चिंता, नैराश्य, मूड स्विंग्स, योग, व्यायाम, ध्यानाद्वारे तणाव व्यवस्थापन, गंभीर लक्षणांवर डॉक्टरांचा सल्ला.
- **वाईट सवयी :** मित्र आणि माध्यमांचा प्रभाव : दारू, ड्रग्स, असुरक्षित लैंगिक वर्तनाचा धोका; संवाद आणि मार्गदर्शन आवश्यक.
- **स्वतःची ओळख:** स्वाभिमान, तर्कसंगत विचार, मित्रांचा प्रभाव; लूक आणि स्टाईलबाबत जागरूकता; पालकांनी योग्य माहिती द्यावी.
- पालकांची भूमिका आदर, टीकामुक्त संवाद, विश्वासाचे नाते; तुलना टाळावी; पुस्तके, पॉडकास्टद्वारे मार्गदर्शन.
- **लैंगिक शिक्षण टप्प्याटप्प्याने संवाद :** शरीर बदल, सुरक्षित-असुरक्षित स्पर्शाची समज, शाळेपूर्वी घरी शिक्षण; डॉक्टरांशी चर्चा.
- **संगतीचा प्रभाव :** विविध पार्श्वभूमीच्या मित्रांचा प्रभाव, मुलांना मूल्यांची जाणीव, आत्मविश्वास वाढवणे.
- **मूल्यांची जडणघडण :** घरातील सुसंवाद, पालकांचे सकारात्मक वर्तन; आदर, विश्वास, मैत्री रुजवणे.
- **अर्थसाक्षरता :** बचत, खर्च नियोजन, आर्थिक जबाबदारी; स्वावलंबन आणि आत्मविश्वास वाढ.
- **ध्येयनिश्चिती :** शैक्षणिक, आर्थिक, सामाजिक उद्दिष्टे, सकारात्मक दृष्टिकोन, आशावाद, अडचणींवर मात करण्याची प्रेरणा.

डिजिटल युगातील किशोरवयीन मुलांचे मानसिक आरोग्य

आजच्या मोबाईल आणि इंटरनेटच्या युगात मुलांना नवनवीन गोष्टी सहज शिकता येतात. मात्र, योग्य आणि अयोग्य यांमधील फरक ओळखणे, हे त्यांच्यासाठी सोपे नाही. फेसबुक, इन्स्टाग्राम, लाईक्स आणि फॉलोअर्सच्या मागे लागल्यामुळे त्यांच्या आत्मविश्वासावर विपरीत परिणाम होऊ शकतो. ते स्वतःची तुलना इतरांशी करत राहतात, ज्यामुळे अस्वस्थता, न्यूनगंड किंवा खोट्या अपेक्षा निर्माण होऊ शकतात.

पालक म्हणून आपल्या मुलांना सोशल मीडियाच्या अतिरेकापासून दूर ठेवणे गरजेचे आहे. यासाठी संवादाचा आधार घ्या, त्यांच्याशी मोकळेपणाने बोला, त्यांचे विचार समजून घ्या आणि त्यांना वास्तववादी दृष्टीकोन ठेवण्यास मदत करा. जर आत्मविश्वासाला तडा गेला, तर मुलं मानसिकदृष्ट्या कमकुवत, हट्टी किंवा भित्री बनू शकतात. त्यामुळे त्यांना आत्मविश्वासाने व विवेकबुद्धीने निर्णय घेण्याची सवय लावणे आवश्यक आहे. सकारात्मक संवाद, कुटुंबातील सुसंवाद आणि योग्य मार्गदर्शनाने आपण मुलांना तंदुरुस्त मानसिक आरोग्य राखण्यास मदत करू शकतो.

आहार, झोप, स्थूलता, व्यसन आणि कौटुंबिक नातेसंबंध हे किशोरवयीन मानसिक आरोग्यावर महत्त्वपूर्ण प्रभाव टाकतात. पालकांनी या घटकांचे भान ठेवून मुलांचे योग्य मार्गदर्शन करावे, जेणेकरून चिंता आणि नैराश्य टाळता येईल.

बालपण आणि किशोरावस्थेतील स्थूलता प्रौढावस्थेतील स्थूलतेसाठी एक महत्त्वाचा घटक ठरू शकते. पालकांनी शारीरिक क्रियाकल्पांना प्रोत्साहन देणे आवश्यक आहे, तसेच टीव्ही, संगणक गेम्स, मोबाईल आणि इंटरनेट या सर्वांचा वापर कमी करणे महत्त्वाचे आहे. हे सर्व घटक hypothalamic-pituitary-gonadal अक्षाद्वारे हार्मोनल बदल घडवतात, ज्यामुळे Binge eating अनुकूल वातावरण तयार होऊ शकते. परिणामी, ऊर्जा सेवन आणि वापर यांमध्ये असंतुलन निर्माण होऊ शकते, स्थूलपणा (ओबेसिटी) येते.

दैनंदिन आहारात योग्य प्रमाणात प्रथिने, कर्बोदके, चरबी, तसेच ताज्या फळांचा आणि भाज्यांचा समावेश करणे हे किशोरवयात चांगले आरोग्य राखण्यासाठी अत्यंत आवश्यक आहे. यामुळे शरीरातील पोषणतत्त्वे संतुलित राहतात आणि एक आरोग्यदायी जीवनशैली राखता येते.

मुलांचे आरोग्य आणि कल्याणाच्या जडणघडणीत पालकांची महत्त्वाची भूमिका असते. संतुलित आहार, शारीरिक सक्रियता आणि स्क्रीन टाईम कमी ठेवणे यांसारख्या सवयींचे पालन करून पालक मुलांच्या दीर्घकालीन सवयींसाठी मजबूत पाया घालू शकतात. या सवयींची सुरुवात गरोदरपणातच होऊ शकते, जिथे आरोग्यदायी आहार पद्धतींचे पालन करणे अत्यावश्यक ठरते. पॅकबंद अन्न, हॉटेल किंवा रस्त्यावरील पदार्थ टाळणे महत्त्वाचे आहे. तसेच, गरोदरपणात मोबाईल आणि इंटरनेटचा अतिवापर नुकसानकारक ठरू शकतो, ज्याचा विपरीत परिणाम आई आणि बाळावर होतो. अशा जीवनशैलीच्या सवयींमुळे बाळांमध्ये शिकण्यासंबंधी अडचणी, पीसीओएस, एंडोमेट्रियोसिस, स्थूलतेमुळे होणाऱ्या समस्यांमुळे वंध्यत्व, विकसित न झालेली जननेंद्रिये, कमी शुक्राणूंची संख्या किंवा अंडोत्सर्ग होत नसलेल्या मासिक पाळीच्या तक्रारी यांसारख्या समस्या उदभवू शकतात. त्यामुळे आई-बाबा आणि कुटुंबाने गरोदरपणाच्या काळात अधिक जागरूक राहून योग्य जीवनशैलीचा अवलंब करणे महत्त्वाचे आहे.

किशोरवयीन पोषणात आहाराची भूमिका : डॉ. हेमा दिवाकर आणि आहारतज्ज्ञ ऋजुता दिवेकर यांच्या महत्त्वाच्या टिप्स

किशोरवय हा शारीरिक आणि मानसिक विकासाचा अत्यंत महत्त्वाचा टप्पा आहे. या काळात योग्य आहार घेणे आरोग्यासाठी अत्यावश्यक आहे. डॉ. हेमा दिवाकर आणि आहारतज्ज्ञ ऋजुता दिवेकर यांनी किशोरवयीन मुलांसाठी महत्त्वाच्या आहारविषयक सल्ल्यांचे मार्गदर्शन केले आहे, ज्यामुळे मुलांच्या आरोग्याचा पाया मजबूत होतो आणि दीर्घकालीन फायदे मिळतात.

प्रख्यात स्त्रीरोग तज्ज्ञ डॉ. हेमा दिवाकर यांचे मत:

डॉ. हेमा दिवाकर यांचे म्हणणे आहे, की किशोरवयीन पोषणाचा अभाव किंवा चुकीचा आहार पुढील आयुष्यात गंभीर आरोग्य समस्यांना जन्म देऊ शकतो, जसे की कुपोषण, लठ्ठपणा आणि जीवनसत्त्वांची कमतरता. त्यांनी दिलेल्या काही महत्त्वाच्या टिप्स पुढीलप्रमाणे आहेत.

1. **समतोल आहार घ्या :** कॅल्शियम, लोह (आयर्न) आणि प्रथिनांचा (प्रोटीन) समृद्ध आहार घ्या. हे हाडांच्या मजबुतीसाठी, मेंदूच्या कार्यक्षमतेसाठी आणि शारीरिक वाढीसाठी उपयुक्त आहे.
2. **आरोग्यदायी सवयी लावा :** किशोरवयात योग्य आहार घेतल्यास भविष्यात आरोग्यदायी जीवनाची तयारी होते आणि शरीराची प्रतिकारशक्ती मजबूत होते.
3. **दीर्घकालीन फायदे :** किशोरवयात योग्य आहार घेतल्यास तत्काळ आरोग्य फायदे मिळतात. भविष्यात शरीराची प्रतिकारशक्ती वाढते आणि संपूर्ण जीवनभर त्याचा फायदा होतो.

आहारतज्ज्ञ ऋजुता दिवेकर यांच्या महत्त्वाच्या टिप्स :

आहारतज्ज्ञ ऋजुता दिवेकर यांनी किशोरवयीन मुलांसाठी काही महत्त्वाच्या आहार टिप्स दिल्या आहेत:

1. **दिवसाची सुरुवात ताज्या फळांनी करा :**
   सकाळी उठल्यानंतर केळी, आंबा किंवा पारंपरिक पदार्थ जसे की पोहे, उपमा, किंवा इडली खा. हे फळे आणि पदार्थ शरीराला ऊर्जा देतात आणि आवश्यक जीवनसत्त्वे पुरवतात.

2. **पॅकेज्ड फूडला नाही म्हणा**

सकाळच्या न्याहारीसाठी प्रोसेस्ड आणि पॅकेज्ड फूड टाळा. त्याऐवजी घरच्या पदार्थांना प्राधान्य द्या. हे शरीरासाठी अधिक चांगले आहे आणि पचनसंस्थेवरही सकारात्मक परिणाम होतो.

3. **पारंपरिक स्टोरेज पद्धती वापरा:** प्लास्टिकच्या बाटल्या आणि डब्यांचा वापर कमी करा. त्याऐवजी स्टील किंवा काचेच्या भांड्यांचा वापर करा. हे पर्यावरणासाठी चांगले आहे आणि तुमच्या अन्न आणि पाण्याच्या गुणवत्तेसाठीही अधिक फायदेशीर आहे.

4. **जेवताना मोबाईल किंवा टीव्ही नको :** खाण्याच्या वेळी मोबाईल, टीव्ही किंवा लॅपटॉपचा वापर टाळा. या गोष्टींमुळे अन्नावर लक्ष केंद्रित होत नाही आणि पचनावरही नकारात्मक परिणाम होतो. योग्य पचनासाठी आणि अन्नाच्या चवीचा पूर्ण अनुभव घेण्यासाठी, जेवण शांतपणे करा.

5. **गोड पदार्थ कमी खा :** चॉकलेट, आईस्क्रीम, आणि इतर गोड पदार्थ कमी खा. त्याऐवजी ताजी फळे, सुका मेवा आणि घरगुती पदार्थांचे सेवन करा. हे पदार्थ शरीराला आवश्यक पोषण पुरवतात आणि आरोग्यदायी ठरतात.

महत्त्वाचे मुद्दे

- **सोशल मीडियाचा प्रभाव :** फेसबुक, इन्स्टाग्राम, लाईक्स-फॉलोअर्समुळे आत्मविश्वासावर परिणाम; तुलनात्मकता, न्यूनगंड, खोट्या अपेक्षा.
- **पालकांची भूमिका :** सोशल मीडियाचा अतिरेक टाळण्यासाठी मोकळा संवाद, वास्तववादी दृष्टिकोन, आत्मविश्वास, विवेक वाढवणे.
- **मानसिक आरोग्य :** कमकुवतपणा, हट्टीपणा, भीती, सकारात्मक संवाद, कुटुंबाचा सुसंवाद, मार्गदर्शन आवश्यक.
- **प्रभावकारी घटक :** आहार, झोप, स्थूलता, व्यसन, कौटुंबिक नातेसंबंध; चिंता-नैराश्य टाळण्यासाठी पालकांचे प्रयत्न.
- **स्थूलता आणि जीवनशैली :** बालपण-किशोरावस्थेतील स्थूलता प्रौढावस्थेतील समस्यांना कारणीभूत; शारीरिक सक्रियता वाढवणे, स्क्रीन टाईम कमी करणे.
- **हार्मोनल बदल :** Hypothalamic-pituitary-gonadal अक्षामुळे Binge eating, ऊर्जा असंतुलन; संतुलित आहार आवश्यक.
- **आहाराचे महत्त्व :** प्रथिने, कर्बोदके, चरबी, फळे-भाज्या जास्त खाणे पॅकबंद अन्न टाळणे, आईने गरोदरपणात आरोग्यदायी सवयी अवलंबल्यास बराच मानसिक शारीरिक समस्या टाळता येतील.
- **दीर्घकालीन परिणाम :** चुकीच्या सवयींमुळे डिस्लेक्सिया वाचन लिखाण शब्दांचा उच्चार करण्यास लक्षात ठेवण्यास त्रास, PCOS, वंध्यत्व, जननेंद्रियांचा विकास थांबणे. शरीरातल्या पेशींनी इन्सुलिनला प्रतिसाद न दिल्यामुळे रक्तातील अतिरिक्त साखर चरबी म्हणून साठते आणि वजन कमी करणे कठीण होते, यांसारख्या समस्यांना तोंड द्यावे लागू शकते.

balanced diet

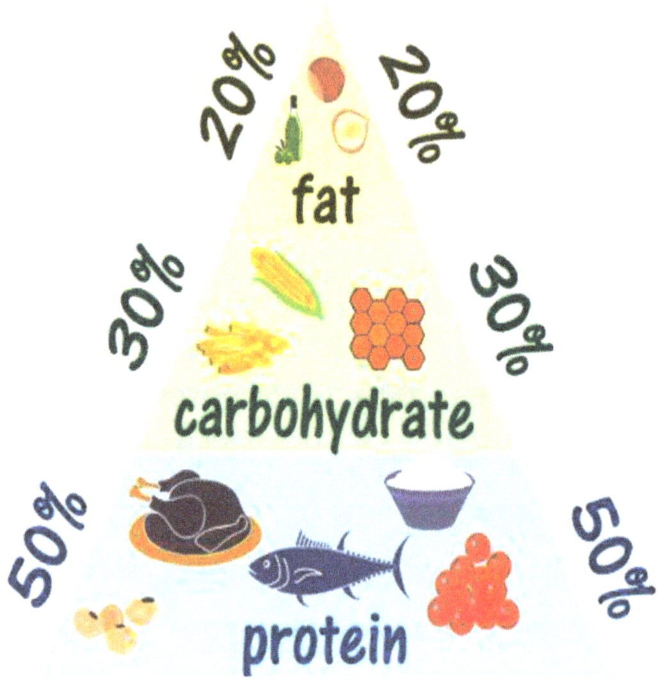

किशोरवयीन मुलांसाठी उंची, वजन आणि BMI चे महत्त्व

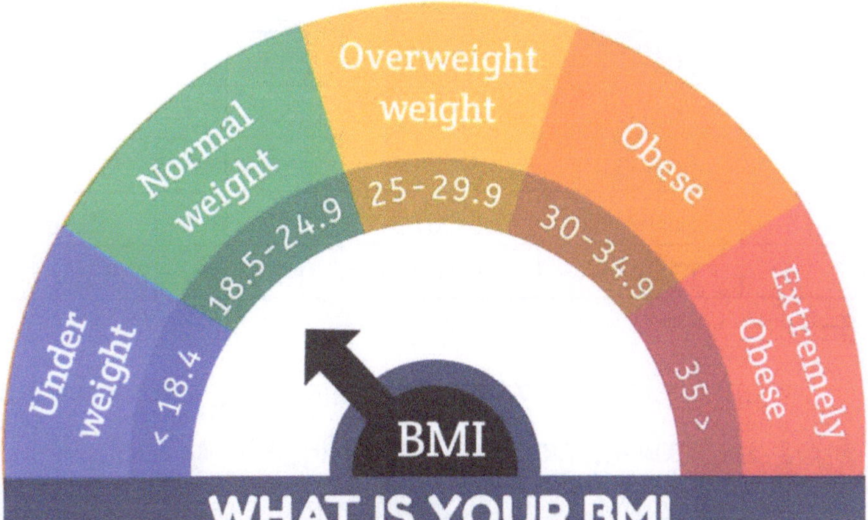

किशोरवयीन मुलांसाठी योग्य उंची आणि वजन महत्त्वाचे असते. कारण ते शारीरिक आणि मानसिक विकासाचे संकेत असतात. हे प्रमाण विश्व आरोग्य संघटना (WHO) आणि भारतीय वैद्यकीय संशोधन परिषद (ICMR) यांच्या मार्गदर्शनानुसार दिले आहेत.

मुला–मुलींसाठी सरासरी उंची आणि वजन (10–19 वर्षे)

वय (वर्ष)	मुलांची उंची (सेमी)	मुलांचे वजन (किलो)	मुलींची उंची (सेमी)	मुलींचे वजन (किलो)
10	132–141	28–35	133–142	28–36
11	137–148	30–40	138–148	31–41
12	143–155	34–45	144–152	35–45
13	149–162	38–50	149–157	39–50
14	156–169	42–55	152–160	42–54
15	161–174	47–60	153–162	45–58
16	165–178	52–65	154–163	47–60
17	168–180	55–68	155–164	49–62
18	169–181	57–70	155–164	50–63
19	170–183	58–72	155–165	51–65

टीप :

हे सरासरी उंची आणि वजनाचे प्रमाण आहे. प्रत्यक्ष उंची आणि वजन हे अनुवंशिकता, पोषण आणि जीवनशैलीवर अवलंबून असते.

BMI (Body Mass Index) म्हणजे शरीराचा वस्तुमान निर्देशांक. BMI वजन आणि उंचीच्या प्रमाणावर आधारित मोजले जाते. याचे सूत्र खालीलप्रमाणे आहेः

BMI = वजन (किलो) / उंची (मीटर)

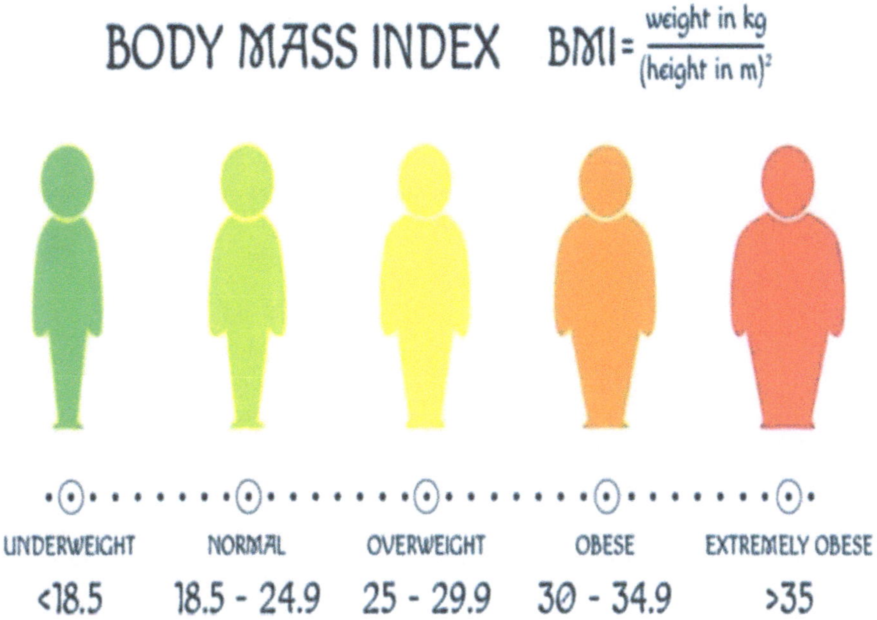

किशोरवयीन मुलांसाठी BMI:

किशोरवयीन मुलांसाठी BMI विशिष्ट संख्यांवर नाही, तर टक्केवारीनुसार वर्गीकृत केले जाते. खालीलप्रमाणे WHO आणि CDC (Centre for disease control World Health Organisation) यांच्या मार्गदर्शक तत्त्वांच्या आधारावर BMI चे वर्गीकरण केले आहे:

BMI CHART IN KG

HEIGHT IN FEET AND INCHES / WEIGHT IN KILOGRAMS	41	45	50	54	59	64	68	73	77	82	86
5'0"	18	20	21	23	25	27	29	31	33	35	37
5'1"	17	19	21	23	25	26	28	30	32	34	36
5'2"	16	18	20	22	24	26	27	29	31	33	35
5'3"	16	18	19	21	23	25	27	28	30	32	34
5'4"	15	17	19	21	22	24	26	27	29	31	33
5'5"	15	17	18	20	22	23	25	27	28	30	32
5'6"	15	16	18	19	21	23	24	26	27	29	31
5'7"	14	16	17	19	20	22	24	25	27	28	30
5'8"	14	15	17	18	20	21	23	24	26	27	29
5'9"	13	15	16	18	19	21	22	24	25	27	28
5'10"	13	14	16	17	19	20	22	23	24	26	27
5'11"	13	14	15	17	18	20	21	22	24	25	27
6'0"	12	14	15	16	18	19	20	22	23	24	26
6'1"	12	13	15	16	17	18	20	21	22	24	25

UNDERWEIGHT — OVERWEIGHT — NORMAL — OBESE

BMI टक्केवारी	वर्गीकरण
5% पेक्षा कमी	कमी वजन (Underweight)
5% - 85%	योग्य वजन (Healthy)
85% - 95%	जास्त वजन (Overweight)
95% पेक्षा जास्त	स्थूलता (Obese)

योग्य BMI श्रेणी : BMI 18.5 ते 24.9 च्या दरम्यान असलेला BMI योग्य श्रेणीत मानला जातो.

उदाहरण :

16 वर्षांच्या मुलाची उंची 170 सेमी (1.7 मीटर) आणि वजन 60 किलो असेल तर, BMI = 60 / (1.7 x 1.7) = 20.8 (योग्य वजन श्रेणी).

योग्य BMI किशोरवयीन मुलांसाठी का महत्त्वाचा आहे?

1. **आरोग्यविषयक धोके कमी होतात :**

- कमी वजनामुळे हाडे कमकुवत होणे, प्रतिकारशक्ती कमी होणे आणि हार्मोन्सचे असंतुलन होण्याची शक्यता असते.
- जास्त वजन किंवा स्थूलतेमुळे भविष्यात मधुमेह, हृदयरोग, संधिवात आणि मुलींमध्ये PCOS यांसारख्या आजारांचा धोका वाढतो.

2. **योग्य वाढ आणि शारीरिक विकास :**

   योग्य BMI मुळे हाडांची मजबुती, स्नायूंची वाढ आणि मानसिक विकास योग्य प्रकारे होतो.

3. **ऊर्जा आणि शैक्षणिक कार्यक्षमता सुधारते**

   योग्य पोषण आणि वजन राखल्याने मुलांच्या एकाग्रतेत आणि स्मरणशक्तीत वाढ होऊन मानसिक आरोग्यास मदत होते.

4. **शरीर प्रतिमा आणि आत्मविश्वास :**

   किशोरवयीन मुलांमध्ये शरीर प्रतिमा (Body Image) आणि आत्मविश्वास यांचा मोठा प्रभाव असतो. योग्य BMI असल्याने मानसिक स्थैर्य राहते.

5. **भविष्यातील आरोग्य समस्या टाळता येतात :**

   लठ्ठपणामुळे प्रौढ वयात मधुमेह, उच्च रक्तदाब, हृदयरोग यांचे प्रमाण वाढते. किशोरवयातच योग्य वजन राखल्याने हे टाळता येते. या वयातील योग्य वजनामुळे प्रजनन आरोग्य आणि विकास प्रभावित होतो.

योग्य BMI राखणे किशोरवयीन मुलांच्या शारीरिक, मानसिक आणि भावनिक विकासासाठी अत्यंत महत्त्वाचे आहे.

योग्य BMI कसा राखावा ?

1. **संतुलित आहार घ्या :**
   - प्रथिने (अंडी, डाळी, पनीर), चांगली चरबी (सुका मेवा, बिन्स), संपूर्ण धान्य आणि भरपूर भाज्या व फळे खा.
2. **प्रोसेस्ड फूड, कोल्ड ड्रिंक्स आणि साखरयुक्त पदार्थ कमी खा. नियमित व्यायाम करा :**
   - दररोज किमान 1 तास शारीरिक हालचाल करा. (खेळ, योगा, पोहणे, सायकलिंग किंवा जीम)
3. **योग्य झोप घ्या :**
   - 1.7-9 तासांची चांगली झोप शरीराची वाढ आणि चयापचय क्रिया (Metabolism) सुधारते.
4. **पुरेसे पाणी प्या :**
   - शरीर निरोगी ठेवण्यासाठी दिवसाला 2-3 लिटर पाणी प्या.
5. **मोबाईल / टीव्ही कमी वापरा :**
   - जास्त वेळ बसून राहिल्यास स्थूलतेचा धोका वाढतो. त्यामुळे शारीरिक हालचालींवर भर द्या.

आहार आणि पोषण (Nutrition):

किशोरावस्थेत पोषण गरज वाढते.

- या काळात कॅलरी, प्रथिने, आणि खनिजं (कॅल्शियम, लोह, झिंक) यांची गरज वाढते.

लोहअभावी रक्तक्षय

- अतिशय जास्त किंवा वारंवार मासिक पाळी होणाऱ्या मुलींमध्ये रक्तात लोहाची कमतरता असू शकते.

आहारातील सवयी :

- नियमित नाश्ता आणि विविध अन्नघटकांचा समावेश असलेला संतुलित आहार आवश्यक आहे.
- कमी, मध्यम ग्लायसेमिक इंडेक्स (GI) असलेली कर्बोदके शरीराला उत्तम असतात.

ग्लायसेमिक इंडेक्स (GI)

- कार्बोहायड्रेट्स हे शरीराचे आवडते ऊर्जेचे स्त्रोत आहे. पचनसंस्था अन्नपदार्थातील कार्बोहायड्रेट्सचे विघटन साध्या साखरेमध्ये करते. ही साखर रक्तप्रवाहाद्वारे तुमच्या शरीराच्या पेशींमध्ये पोहोचवली जाते. (Pancreas) स्वादुपिंड इन्सुलिन स्त्रवतो, जो ग्लुकोज तुमच्या रक्तातून पेशींमध्ये जाण्यास मदत करतो. पेशींमध्ये ग्लुकोज ऑक्सिजनसह जाळले जाते आणि ऊर्जा निर्माण होते. आपला मेंदू, स्नायू आणि मज्जासंस्था (Nervous system) ग्लुकोजवर अवलंबून असते.
- GI ग्लायसेमिक इंडेक्स हा कार्बोहायड्रेटस पदार्थांचे पचन किती हळूहळू किंवा लवकर होते आणि रक्तातील ग्लुकोजची पातळी किती वाढवते, यावर आधारित पदार्थांचे रँकिंग करण्याचा मार्ग ठरतो.
- पचनादरम्यान लवकर तुटणाऱ्या कार्बोहायड्रेट्सचा ग्लायसेमिक इंडेक्स जास्त असतो. हे उच्च GI असलेले कार्बोहायड्रेट्स, जसे की बटाटा रक्तात ग्लुकोज लवकर सोडतो.
- **कमी जी आय :** बीन्स, सोया उत्पादने, फळे, दूध, मसूर, उडीद डाळ , ओट्स, नाचणी, दही, हरभरा डाळ.
- **मध्यम जी आय :** तांदूळ, गव्हाचा ब्रेड, इडली, डोसा, पोहा, उपमा.
- **उच्च जी आय:** बटाटा, पॉलिश केलेला तांदूळ, साबुदाणा.

महत्त्वाचे मुद्दे

- उंची आणि वजन हे किशोरवयीन मुलांच्या शारीरिक-मानसिक विकासाचे महत्त्वाचे संकेत आहेत. WHO आणि ICMR मार्गदर्शनानुसार मोजले जातात.
- BMI (वजन/उंची) 18.5-24.9 दरम्यान योग्य मानला जातो, जो किशोरवयीन आरोग्याचे मूल्यमापन करतो.
- BMI वर्गीकरणात 5% पेक्षा कमी कमी वजन, 5-85% योग्य, 85-95% जास्त वजन आणि 95% पेक्षा जास्त स्थूलता दर्शवते.
- कमी वजनामुळे हाडे कमकुवत होणे, प्रतिकारशक्ती कमी होणे आणि हार्मोन्स असंतुलित होऊ शकतात.
- जास्त वजन किंवा स्थूलतेमुळे मधुमेह, हृदयरोग आणि PCOS (Insuline insensitivity) यांसारख्या आजारांचा धोका वाढतो.
- योग्य BMI मुळे हाडांची मजबुती, स्नायूंची वाढ, एकाग्रता, आत्मविश्वास वाढतो आणि भविष्यातील आरोग्य समस्या टाळता येतात.
- संतुलित आहारात प्रथिने, चांगली चरबी, धान्य, फळे-भाज्या समाविष्ट कराव्यात आणि प्रोसेस्ड फूड टाळावे.
- दररोज 1 तास शारीरिक हालचाल (खेळ, योग, सायकलिंग) करावी.
- 7-9 तास झोप, 2-3 लिटर पाणी आणि मोबाईल/टीव्हीचा कमी वापर यांमुळे BMI योग्य राहतो.

स्त्रीत्व : निसर्गाची अनोखी रचना

"स्त्रीत्व" ही निसर्गाची एक अद्भुत देणगी आहे.

स्त्रीत्व Being a woman, or being a pretty young girl मुलगी असणं, ही निसर्गाची एक विलक्षण किमया आहे. आपण कधी विचार केलाय का, की आपली जिद्द, स्वभाव, संवेदनशीलता, मातृत्व - या सगळ्या गोष्टी किती सुंदर आहेत!

मासिक पाळीबद्दल अभिमानाने बोला

- मासिक पाळी म्हणजे नक्की काय?
- दर महिन्याला आपल्या शरीरात एक अंडाणू (ovum) तयार होतं. जर हे अंड शुक्रजंतूंशी (sperm) संयोग पावलं, तर गर्भधारणा होते आणि जर गर्भधारणा झाली नाही, तर गर्भाशयात तयार झालेलं पोषणदायी आवरण (endometrial lining) शरीर बाहेर टाकतं. यालाच मासिक पाळी किंवा menstruation म्हणतात.
- ही प्रक्रिया आपल्या मेंदूकडून (Hypothalamus-Pituitary axis) नियंत्रित होते. तसेच थायरॉईड आणि इतर हार्मोन्ससुद्धा यामध्ये भूमिका बजावतात. नाही म्हणता, ही एक अप्रतिम आणि अद्वितीय रचना आहे!

मासिक पाळी किती दिवसांची असते?

- सामान्यतः मासिक पाळी 21 ते 35 दिवसांच्या चक्रात येते आणि तिचा कालावधी 1 ते 7 दिवसांपर्यंत असतो.
- जर या काळात अत्याधिक रक्तस्राव, वेदना किंवा अनियमितता असेल, तर डॉक्टरांचा सल्ला घेणं अत्यंत गरजेचे असते.

मासिक पाळी आणि आरोग्य

- पाळीच्या काळात शरीरातून रक्त जातं. त्यामुळे शरीरात Hb (हिमोग्लोबिन) कमी होऊ शकतं. अशावेळी योग्य आहार, विश्रांती आणि गरजेप्रमाणे औषधोपचार गरजेचे असतात.

- लोकांमध्ये अजूनही मासिक पाळीबद्दल अनेक गैरसमज आहेत. “शिवाशिव करू नये”, “स्वयंपाकघरात जाऊ नये”, “मंदिरात बसू नये” या समजुतींना विज्ञानात काहीही आधार नाही.

स्वत:ची काळजी घ्या

- भरपूर पाणी प्या
- कामाचं योग्य नियोजन करा
- अत्यंत श्रमाचे काम टाळा
- हात स्वच्छ धुणं, ही एक उत्तम सवय लावा
- कॉटनचे अंतर्वस्त्र वापरा
- सॅनिटरी पॅड्स, टॅम्पून, किंवा कप योग्य प्रकारे निवडा
- वापरलेल्या साधनांची विल्हेवाट लावताना कागदात गुंडाळून योग्य पद्धतीने टाका. (पर्यावरणाची काळजी घ्या.)

किशोरवयीन मुलींना समजून घेणं आवश्यक आहे

- मासिक पाळीची सुरुवात, म्हणजेच Menarche, ही साधारणतः 9 ते 13 वर्षे वयात होते. यावेळी शारीरिक बदल होतात आणि लैंगिक शिक्षण देणं आवश्यक ठरतं.
- **HPV सारखे विषाणू** गर्भाशयाच्या कॅन्सरला कारणीभूत ठरू शकतात. म्हणूनच Cervavac लस घेतल्यास स्वत:चं संरक्षण होऊ शकतं.

लैंगिक शिक्षण आणि सुरक्षितता

लग्न ही एक सुंदर घटना आहे; पण त्याआधी सुरक्षित लैंगिक संबंध ठेवणं, सेफ सेक्स, हे फार महत्त्वाचं आहे. विवाहित स्त्रिया किंवा पार्टनर असलेल्या महिलांनी HPV टेस्ट करून घ्यावी.

पाळीच्या काळात लैंगिक संबंध

या काळात लैंगिक संबंध ठेवल्यास काही वेळा इन्फेक्शनचा धोका असतो, विशेषतः जर पार्टनरला मधुमेह (डायबेटीस) असेल तर. म्हणूनच स्वच्छता आणि समजूतदारपणा आवश्यक आहे.

मासिक पाळी आणि आरोग्यदायी जीवनशैली

- नियमित हिमोग्लोबिन, Blood Sugar तपासणी करा.
- ॲनिमिया (रक्ताची कमतरता) टाळा
- PCOS/PCOD असल्यास उपचार घ्या
- आणि सगळ्यांत महत्त्वाचे आपल्या शरीराचा आदर करूया

स्त्रीत्व ही निसर्गाची सर्वोत्तम कलाकृती आहे. तिचं सौंदर्य, सामर्थ्य आणि संवेदनशीलता यांचा सन्मान करणं, हे आपलं कर्तव्य आहे.

महत्त्वाचे मुद्दे

- स्त्रीत्व ही निसर्गाची अद्भुत देणगी आहे, जी जिद्द, संवेदनशीलता आणि मातृत्वातून व्यक्त होते.
- मासिक पाळी ही गर्भाशयातील पोषणदायी आवरण बाहेर टाकण्याची नैसर्गिक प्रक्रिया आहे, जी अंडाणूचा शुक्रजंतूंशी संयोग न झाल्यास घडते.
- मासिक पाळी Hypothalamus-Pituitary axis आणि थायरॉईड, हार्मोन्सद्वारे नियंत्रित होते, जी 21 ते 35 दिवसांच्या चक्रात 1 ते 7 दिवस टिकते.
- अत्याधिक रक्तस्राव, वेदना किंवा अनियमित पाळी असल्यास डॉक्टरांचा सल्ला घ्यावा.
- पाळीच्या काळात हिमोग्लोबिन कमी होऊ शकते. त्यामुळे योग्य आहार, विश्रांती आणि औषधोपचार आवश्यक आहेत.
- मासिक पाळीबद्दलचे गैरसमज (जसे की मंदिरात न जाणे) विज्ञानात आधारहीन आहेत.
- स्वच्छता राखण्यासाठी भरपूर पाणी, कॉटनची अंतर्वस्त्रे, योग्य सॅनिटरी पॅड/टॅम्पून वापरावे आणि वापरलेल्या साधनांची योग्यप्रकारे विल्हेवाट लावावी.
- मासिक पाळीची सुरुवात (Menarche) 9 ते 13 वयात होते. यावेळी लैंगिक शिक्षण आणि समजूतदारपणा महत्त्वाचा असतो.
- HPV लस (Cervavac) गर्भाशयाच्या कॅन्सरपासून संरक्षण करते.

- पाळीच्या काळात लैंगिक संबंधांमुळे इन्फेक्शनचा धोका असतो. विशेषतः पार्टनरला मधूमेह असल्यास स्वच्छता राखावी.
- नियमित हिमोग्लोबिन, रक्तशर्करा तपासणी, ॲनिमिया आणि PCOS/ PCOD वर उपचार घ्यावेत आणि आरोग्यदायी जीवनशैली ठेवावी.
- स्त्रीत्वाचे सौंदर्य, सामर्थ्य आणि संवेदनशीलता यांचा सन्मान करणे, हे प्रत्येकाचे कर्तव्य आहे.

पी.सी.ओ.डी. (पॉलिसिस्टिक ओव्हेरियन डिसीज) सविस्तर माहिती

पी.सी.ओ.डी.

हा आजार मुलींमध्ये सर्वाअधिक पहायला मिळणारा हार्मोनल विकार आहे. यामध्ये अंडाशयामध्ये लहान लहान अनेक सिस्ट तयार होतात. या सिस्ट्स म्हणजे अपूर्ण अंडी असून, त्या परिपक्व न होता अंडाशयातच अडकून राहतात. या सिस्ट्समुळे अंडाशयामध्ये हार्मोनल असंतुलन निर्माण होते. त्यामुळे पाळीच्या चक्रात अनियमितता, त्वचेसंबंधी व केसांसंबंधी समस्या, तसेच वजनवाढ यांसारख्या विविध लक्षणांचा अनुभव मुलींना येतो.

- पी.सी.ओ.डी. हा आजार प्रत्येक मुलींमध्ये वेगळ्या प्रकारे प्रकट होतो. काही मुलींमध्ये केवळ सौम्य लक्षणे दिसतात, तर काहींना यामुळे गंभीर आरोग्यविषयक अडचणी उदभवतात. याचे निदान व उपचार लवकर झाले, तर दीर्घकालीन गुंतागुंत टाळता येऊ शकते.

- पी.सी.ओ.डी. चे एक मुख्य लक्षण म्हणजे पाळीचा अनियमितपणा. बहुतांश मुलिना वेळेवर पाळी येत नाही किंवा ती सहा-सहा महिने थांबते. कधी कधी पाळी आली, तरी रक्तस्राव फार जास्त होतो. यामुळे शरीरात रक्ताची कमतरता होण्याचा धोका वाढतो. अनेकदा या लक्षणांकडे दुर्लक्ष केल्याने समस्या अधिक गंभीर होते.
- या आजारात हार्मोनल असंतुलनामुळे केस गळतीचे प्रमाणही अधिक दिसून येते. डोक्यावरील केस, विशेषतः भोवऱ्याच्या भागातील गळायला लागतात. यासोबतच चेहऱ्यावर, पाठीवर, छातीवर व पोटावर अनावश्यक केसांची वाढ होते.
- त्वचेमध्येही अनेक बदल दिसतात. चेहऱ्यावर, मानेवर व पाठीवर पुरळ येणे, हे सामान्य आहे. यासोबतच मानेच्या मागच्या बाजूला, काखांमध्ये आणि खासगी भागात काळपटपणा जाणवतो, जो अनेकदा इन्सुलिन इन्सेंटिव्हिटीमध्ये होतो.
- वजनवाढ हे या आजाराचे आणखी एक ठळक लक्षण आहे. पी.सी.ओ.डी. असणाऱ्या अनेक स्त्रियांमध्ये लठ्ठपणा दिसतो. काहीवेळा आहार व व्यायाम करूनही वजन कमी होत नाही. यामुळे त्यांच्या मानसिक आरोग्यावरही परिणाम होतो. लठ्ठपणामुळे इन्सुलिन प्रतिरोध वाढतो आणि यामुळे मधुमेह होण्याचा धोका देखील वाढतो.
- इन्सुलिन इनसेन्सिटिव्हिटीमुळे मासिक पाळीवर परिणाम होतो. अनेक मुलींमध्ये अंडी योग्य पद्धतीने तयार होत नसल्यामुळे मासिक पाळीचे चक्र बदलते.
- या आजारामुळे मानसिक आरोग्यावरही विपरीत परिणाम होतो. नैराश्य, चिंता, चिडचिड, तणाव अशा भावना सतत जाणवत राहतात. चुकीचा आहार, वेळेवर न झोपणे, सतत ताण घेणे आणि शरीरसंचलनाचा अभाव, ही कारणे पी.सी.ओ.डी.ला बळकट करतात.

- पी.सी.ओ.डी. होण्याची काही मूळ कारणे आहेत. यामध्ये सर्वांत महत्त्वाचे कारण म्हणजे हार्मोनल असंतुलन. यामध्ये स्त्रियांच्या शरीरात पुरुषी हार्मोन्सचे (अँड्रोजेन्स) प्रमाण वाढते. त्यामुळे एस्ट्रोजेन व प्रोजेस्टेरॉन या हार्मोन्सचे संतुलन बिघडते. दुसरे कारण म्हणजे, इन्सुलिन प्रतिरोध. शरीरात तयार होणाऱ्या इन्सुलिनचा योग्य वापर न झाल्यास अँड्रोजेन्सचे प्रमाण वाढते. याशिवाय जेनेटिक प्रीडिस्पोजिशन म्हणजे (जणुकिय जडणगडणीत बदल) देखील या आजारात मोठा वाटा असतो.
- पी.सी.ओ.डी. व पी.सी.ओ.एस. (पॉलिसिस्टिक ओव्हेरियन सिंड्रोम) या दोन्ही आजारांमध्ये लक्षणे साधारणतः सारखी असली, तरी पी.सी.ओ.एस. हा थोडा व्यापक आणि प्रणालीगत आजार आहे. यामध्ये हार्मोनल बिघाडासोबत इतर शारीरिक आणि मानसिक लक्षणेही अधिक तीव्र असतात.
- या दोन्ही स्थितींमध्ये वेळेवर निदान आणि योग्य उपचार आवश्यक असतात. यासाठी स्त्रीरोगतज्ज्ञ डॉक्टरांच्या सल्ल्याने नियमित तपासण्या, रक्त, (हार्मोन) चाचण्या आणि सोनोग्राफी करून घ्यावी. औषधोपचारांव्यतिरिक्त जीवनशैलीत बदल करणेही तितकेच महत्त्वाचे आहे. यामध्ये संतुलित आहार घेणे, जंक फूड व प्रक्रिया केलेले पदार्थ टाळणे, नियमित व्यायाम करणे, तणाव नियंत्रणात ठेवणे आणि भरपूर झोप घेणे या गोष्टींचा समावेश आहे.
- पी.सी.ओ.डी. हा पूर्णतः बरा होणारा आजार नसला, तरी जीवनशैली सुधारून त्यावर प्रभावी नियंत्रण मिळवता येते. त्यामुळे त्याचे दुष्परिणाम कमी करता येतात आणि आरोग्य चांगले राखता येते. त्यामुळे कोणतीही लक्षणे जाणवताच वेळ वाया न घालवता डॉक्टरांचा सल्ला घेणे आणि स्वतःच्या आरोग्याकडे सजगपणे लक्ष देणे हे अत्यंत आवश्यक आहे.

महत्त्वाचे मुद्दे

- पी.सी.ओ.डी. हा मुलींमधील सामान्य हार्मोनल विकार असून अंडाशयात सिस्ट्स तयार होतात आणि पाळी अनियमित होते.
- या आजारामुळे, त्वचेवर पुरळ व काळेपणा दिसतो आणि अनावश्यक केसांची वाढ होते.
- हार्मोनल असंतुलन, इन्सुलिन प्रतिकार आणि अनुवंशिकता ही पी.सी.ओ.डी.ची मुख्य कारणे आहेत.
- या अवस्थेत वजन वाढते किंवा अति कमी वजन (वजन न वाढणे) ही समस्या आहे. केस गळतात आणि तणाव, चिडचिड व नैराश्य जाणवते.
- समुपदेशन, संतुलित आहार, नियमित व्यायाम, योग्य झोप आणि वेळेवर उपचार यांमुळे पी.सी.ओ.डी. नियंत्रणात ठेवता येतो.
- पी.सी.ओ.डी मुळे पुढील आयुष्यात फर्टीलीटी इश्युज, स्थुलपणा (ब्लडप्रेशर), उच्च रक्तदाब, डायबेटीस अश्या समस्यांना सामोरे जावे लागते.
- प्रोटीन युक्त अहाराच्या मदतीने पुरेसा व्यायाम जीवनशैलीमध्ये योग्य बदल करुन यावर उपाय नक्कीच करता येईल.

एचपीव्ही (HPV) आणि लसीकरण

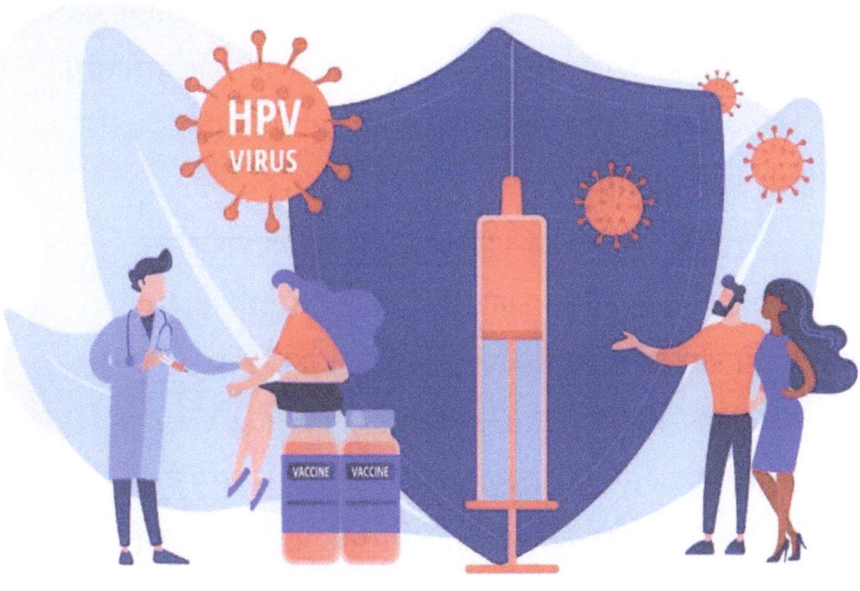

HPV समजून घेताना

एचपीव्ही (HPV) म्हणजे ह्युमन पॅपिलोमाव्हायरस, जो Double stranded DNA व्हायरस आहे आणि तो त्वचेच्या तसेच म्युकोसा (श्लेष्मल त्वचा) पेशींना संक्रमित करतो. एचपीव्ही हा गर्भाशय मुखाच्या कर्करोगाचा मुख्य कारणीभूत घटक आहे. जगभरात दर मिनिटाला 8 महिलांचा गर्भाशय मुखाच्या कर्करोगामुळे मृत्यू होतो. याचा शोध सर हेराल्ड झुर हौसेन यांनी लावला. त्यांना यासाठी 2008 साली नोबेल पारितोषिक मिळाले.

गर्भाशय मुखाच्या कर्करोगाचा धोका कोणाला आहे?

- कमी वयात लैंगिक संबंध ठेवणे
- अनेक लैंगिक जोडीदार असणे किंवा नवीन जोडीदारासोबत संबंध ठेवणे
- धूम्रपान, पोषणतत्त्वांची कमतरता यांसारखे इतर जोखमीचे घटक
- पुरुष जोडीदाराचा लैंगिक इतिहासही महत्त्वाचा ठरतो

एचपीव्ही कसा पसरतो?

1. लैंगिक मार्गाने : जननेंद्रिय त्वचेसोबतच्या थेट संपर्काद्वारे.
2. अलैंगिक मार्गाने : फोमाईट्स (संक्रमित वस्तुंशी संपर्क).

मानवी पॅपिलोमा व्हायरस (एचपीव्ही) म्हणजे काय?

मानवी पॅपिलोमा व्हायरस (Human Papilloma Virus - HPV) हा सुमारे 200 ज्ञात व्हायरसच्या गटाचा एक भाग आहे. हे व्हायरस बहुतांश लोकांमध्ये कोणतीही समस्या निर्माण करत नाहीत. शरीराची रोगप्रतिकारक शक्ती 90% संसर्ग रोखते. मात्र, उच्च जोखमीचे एचपीव्ही (एचपीव्ही 16 आणि 18) प्रकाराने संसर्ग झाल्यास हे कर्करोगाचा धोका वाढवू शकतात.

एचपीव्ही संसर्गामुळे होणाऱ्या आरोग्य समस्या

- जननेंद्रियावरील गाठी/चामखीळ (Genital Warts)

एचपीव्हीच्या काही कमी जोखमीच्या प्रकारांमुळे जननेंद्रियावर किंवा गुदद्वाराजवळ व्रण किंवा माठ चामखीळ (Warts) होते. हे प्रामुख्याने HPV-6 आणि HPV-11 मुळे होतात.

- कर्करोगाचा धोका

उच्च जोखमीच्या एचपीव्ही (HPV-16 आणि HPV-18) प्रकारांमुळे पुढील कर्करोग होऊ शकतोः

- गर्भाशयाच्या मुखाचा कर्करोग (Cervical Cancer)
- योनी आणि योनिमुखाचा कर्करोग (Vaginal & Vulvar Cancer)
- तोंडाच्या श्लेष्मल त्वचेचा (Oral Mucosa) कर्करोग
- पुरुषांमध्ये लिंगाचा कर्करोग (Penile Cancer)
- गुदद्वाराचा कर्करोग (Anal Cancer)
- डोकं आणि मानेचा कर्करोग (Head & Neck Cancer)

जागतिक आकडेवारी

2019 मध्येः 62,000 नवीन गर्भाशयाच्या मुखाच्या कर्करोगाच्या रुग्णांचे निदान झाले तसेच 70,000 पुरुषांमध्ये एचपीव्हीशी संबंधित कर्करोग आढळला.

एचपीव्ही संसर्ग टाळण्यासाठी प्रतिबंधक उपाय

- एचपीव्ही लसीकरण (Gardasil, Cervarix)
- सुरक्षित लैंगिक संबंध ठेवणे
- नियमित वैद्यकीय तपासणी (Pap Smear & HPV Test)

HPV लस घेणे हा HPV संसर्ग, गर्भाशयाच्या मुखाचा कर्करोग आणि इतर

HPV- संबंधित कर्करोग टाळण्यासाठी सर्वोत्तम मार्ग आहे. ही लस 9 ते 14 वयोगटातील मुले आणि मुलींना दिली जाते, कारण लैंगिकदृष्ट्या सक्रिय होण्याच्या वयापूर्वी लस घेतल्यास ती सर्वाधिक प्रभावी ठरते.

एचपीव्ही लस कुणी घ्यावी?

- सर्व 9 ते 14 वयोगटातील मुले आणि मुली
- 45 वर्षांपर्यंतच्या प्रजननक्षम वयोगटातील सर्व महिला
- लैंगिकदृष्ट्या सक्रिय महिलांसाठी PAP स्मिअर चाचणी, HPV चाचणी आणि कॉलपोस्कोपी आवश्यक आहेत.
- तरुण वयात लस न घेतलेल्या पुरुषांनी HPV चाचणीनंतर लस घ्यावी.
- कमी रोगप्रतिकारशक्ती असलेले रुग्ण, मधुमेह असलेले व्यक्ती, आणि स्टेरॉईड उपचार घेत असलेल्या रुग्णांना लस फायदेशीर ठरू शकते.

लसीकरण केल्याने भविष्यातील HPV संसर्ग आणि कर्करोगाचा धोका मोठ्या प्रमाणात कमी करता येतो.

लायसन्स मिळालेल्या एचपीव्ही लसी :

- सर्वरिक्स (Cervarix): ग्लॅक्सोस्मिथक्लाईनद्वारे तयार केलेली द्विसंयुज लस, जी मुख्यतः 16 आणि 18 या विषाणू प्रकारांवर लक्ष्यित आहे.
- गार्डासिल 9 (Gardasil 9): 'मर्क'द्वारे तयार केलेली नवसहसंयुज लस, जी 6, 11, 16, 18, 31, 33, 45, 52, 58 या विषाणू प्रकारांवर प्रभावी आहे.
- गार्डासिल (Gardasil): चतुर्संयूज लस, जी 6, 11, 16, 18 या विषाणू प्रकारांवर लक्ष्यित आहे.

अभ्यासातून असे दिसून आले आहे की, योग्य डोसचे लसीकरण केल्यास एचपीव्हीशी संबंधित आजार आणि कर्करोग टाळण्यामध्ये 98% प्रभाव दिसून येतो.

लसीचे कोणतेही दुष्परिणाम आढळले नाहीत. फक्त काही लाभार्थ्यांना इंजेक्शनच्या ठिकाणी सौम्य सूज दिसून आली.

एचपीव्ही लसीची सुरक्षितता आणि प्रभावशीलता

- एचपीव्ही लस ही पूर्णपणे सुरक्षित आणि प्रभावी आहे. कारण ही कोणत्याही जीवंत विषाणू किंवा विषाणूच्या डीएनएचा समावेश करत नाही. त्यामुळे ही लस घेतल्याने एचपीव्ही संसर्ग किंवा त्यासंबंधित कर्करोग होत नाही.
- बाजारात उपलब्ध असलेल्या एचपीव्ही लसी पुनर्रचित एचपीव्ही प्रथिनांनी तयार केलेल्या व्हायरससारख्या कणांपासून (VLPs -Virus-Like Particles) बनवलेल्या असतात.
- यामुळे शरीराची रोगप्रतिकारक यंत्रणा दीर्घकालीन संरक्षण निर्माण करते आणि भविष्यातील संसर्गाचा धोका कमी होतो.

महत्त्वाचे : एचपीव्ही लस पूर्वीपासून अस्तित्वात असलेल्या एचपीव्ही संसर्गावर उपचार करू शकत नाही. त्यामुळे लसीकरण लवकर वयात करणे अधिक फायदेशीर ठरते.

किशोरवयात एचपीव्ही लसीकरणाचे महत्त्व

- ह्युमन पॅपिलोमाव्हायरस (HPV) हा लैंगिक संपर्काद्वारे पसरणारा एक अत्यंत सामान्य विषाणू आहे. या विषाणूच्या काही विशिष्ट प्रकारांमुळे गर्भाशयाच्या मुखाचा कर्करोग, घशाचा कर्करोग आणि जननेंद्रियांच्या गाठी (Genital Warts) यांसारख्या गंभीर आजारांचा धोका वाढतो. किशोरवयात एचपीव्ही लसीकरण करणे, हे या आजारांपासून संरक्षण करण्यासाठी एक महत्त्वपूर्ण आणि प्रभावी पाऊल आहे. जागतिक आरोग्य संघटना (WHO) आणि रोग नियंत्रण आणि प्रतिबंध केंद्र

(CDC) यांच्या शिफारशीनुसार, मुला-मुलींनी 9 ते 14 या वयात ही लस घेणे उचित आहे. या वयात शरीराची रोगप्रतिकारशक्ती सर्वाधिक प्रभावी असते, त्यामुळे लसीचा जास्तीत जास्त फायदा होतो.

- एचपीव्ही लसीकरणामुळे विषाणूच्या सर्वांत धोकादायक प्रकारांपासून दीर्घकालीन संरक्षण मिळते. संशोधनातून असे दिसून आले आहे की, ही लस एचपीव्हीमुळे होणाऱ्या कर्करोगाचा धोका लक्षणीयरीत्या कमी करते. ही लस अत्यंत सुरक्षित आणि परिणामकारक असून, जगभरातील वैद्यकीय तज्ज्ञांनी तिची शिफारस केलेली आहे. पालकांनी आपल्या मुलांच्या चांगल्या आरोग्यासाठी या लसीकरणाला प्राधान्य द्यावे. डॉक्टरांशी सल्लामसलत करून योग्य वेळी लसीकरण करणे अत्यावश्यक आहे. किशोरवयात लसीकरण केल्यास भविष्यातील गंभीर आरोग्य समस्या टाळता येऊ शकतात. लसीकरण हा सुरक्षिततेचा सर्वांत सोपा आणि प्रभावी मार्ग आहे. योग्य वेळी लस घेतल्याने मोठ्या आजारांपासून संरक्षण मिळणे शक्य होते.

खालीलप्रमाणे सर्व माहितीचे सविस्तर आणि सुसंगत वर्गीकरण करून मांडले आहे. प्रत्येक मुद्दा स्पष्ट आणि विस्तृतपणे सादर केला आहे.

- ह्युमन पॅपिलोमाव्हायरस (HPV) हा लैंगिक संपर्काद्वारे पसरणारा एक सामान्य विषाणू आहे, जो किशोरवयीन मुला-मुलींवर शारीरिक आणि मानसिकदृष्ट्या परिणाम करू शकतो. किशोरवय हा असा काळ आहे, जिथे व्यक्तींचे शरीर आणि सामाजिक जीवन बदलत असते आणि या वयात लैंगिक क्रियाकलाप सुरू होण्याची शक्यता असते. त्यामुळे एचपीव्ही संसर्गाचा धोका वाढतो. याचे परिणाम खालीलप्रमाणे आहेतः
- कर्करोगाचा दीर्घकालीन धोका : एचपीव्हीचे काही प्रकार (उदा. HPV-16, HPV-18) गर्भाशय मुखाचा कर्करोग, घशाचा कर्करोग,

गुदद्वाराचा कर्करोग आणि जननेंद्रियांचा कर्करोग यांना कारणीभूत ठरतात. किशोरवयात संसर्ग झाल्यास हे आजार प्रौढ वयात प्रकट होऊ शकतात, ज्यामुळे आयुष्यभराची जोखीम निर्माण होते.

- जननेंद्रियांच्या गाठी (Genital Warts) : एचपीव्हीमुळे जननेंद्रियांवर गाठी होऊ शकतात, ज्यामुळे किशोरवयीन मुला-मुलींना शारीरिक वेदना, लाजीरवाणेपणा आणि मानसिक तणावाचा सामना करावा लागतो. याचा त्यांच्या आत्मविश्वासावर आणि सामाजिक जीवनावर परिणाम होऊ शकतो.
- संसर्गाचा प्रसारः किशोरवयात संसर्ग झाल्यास, तो दीर्घकाळ शरीरात राहू शकतो आणि भविष्यात जोडीदाराला संक्रमित करू शकतो, ज्यामुळे सामाजिक आणि आरोग्यविषयक गुंतागुंत वाढते.
- प्रतिकारशक्तीवर प्रभाव : किशोरवयात शरीराची रोगप्रतिकारशक्ती मजबूत असते, परंतु लसीकरण न झाल्यास एचपीव्ही संसर्गाशी लढण्याची नैसर्गिक क्षमता मर्यादित राहते. याउलट लसीकरण केल्यास ही प्रतिकारशक्ती वाढते आणि संसर्ग टाळला जाऊ शकतो.
- मानसिक प्रभाव : एचपीव्ही संसर्गामुळे होणाऱ्या आजारांची माहिती किशोरवयीन मुलांना अस्पष्टपणे कळल्यास त्यांच्यात भीती किंवा गैरसमज निर्माण होऊ शकतात. यामुळे लसीकरणाचे महत्त्व समजून घेणे आणि वेळेवर संरक्षण मिळवणे आवश्यक आहे.

HPV लसीकरण

1. HPV लस काय आहे आणि ती कशी कार्य करते ?

- HPV लस म्हणजे काय : एचपीव्ही लस ही ह्युमन पॅपिलोमाव्हायरसच्या धोकादायक प्रकारांपासून (उदा. HPV-16, HPV-18, HPV-6, HPV-11) संरक्षण देणारी एक प्रतिबंधात्मक लस आहे.

- कशी कार्य करतेः ही लस व्हायरससारखे कण (Virus-Like Particles - VLPs) वापरते, जे खऱ्या एचपीव्ही विषाणूसारखे दिसतात पण संसर्गजन्य नसतात. हे कण शरीरात टोचल्यानंतर रोगप्रतिकारशक्तीला सक्रिय करतात आणि अँटिबॉडीज तयार करतात. भविष्यात खरा एचपीव्ही विषाणू शरीरात आल्यास ही अँटिबॉडीज त्याला नष्ट करतात.
- वैज्ञानिक आधार : संशोधनातून सिद्ध झाले आहे, की ही लस 90% पेक्षा जास्त प्रभावी आहे आणि 2006 पासून ती जगभरात वापरली जाते. जागतिक आरोग्य संघटना (WHO) आणि CDC यांनी तिची शिफारस केली आहे

2. लसीकरणाचे फायदे

- कर्करोगापासून संरक्षण : ही लस गर्भाशय मुखाचा कर्करोग (महिलांमध्ये), घशाचा कर्करोग, गुदद्वाराचा कर्करोग, शिश्नाचा कर्करोग (पुरुषांमध्ये) आणि योनीचा कर्करोग यांच्यापासून संरक्षण करते. एचपीव्हीमुळे होणाऱ्या 70 ते 90% कर्करोगांना प्रतिबंध करते.
- जननेंद्रियांच्या गाठींवर नियंत्रण : HPV-6 आणि HPV-11 मुळे होणाऱ्या जननेंद्रियांच्या गाठींपासून बचाव होतो, ज्या किशोरवयात सामान्य असतात आणि शारीरिक-मानसिक त्रास देतात.
- दीर्घकालीन संरक्षण : लस घेतल्यानंतर किमान 10-20 वर्षांचे संरक्षण मिळते आणि काही संशोधनानुसार हे संरक्षण आयुष्यभर टिकू शकते. बूस्टर डोसची गरज अद्याप स्पष्ट नाही.
- सर्वांसाठी लाभ : मुली आणि मुले दोघांनाही कर्करोग आणि संसर्गापासून संरक्षण मिळते. तसेच, लसीकरणामुळे समाजात एचपीव्हीचा प्रसार कमी होतो. (हर्ड इम्युनिटी).

- आर्थिक फायदा : कर्करोग आणि इतर आजारांवर होणारा खर्च टाळून दीर्घकालीन आर्थिक बचत होते.

3. HPV लसीकरणाबद्दलचे मिथक

मिथक 1 **:** "एचपीव्ही लस फक्त लैंगिकरित्या सक्रिय लोकांसाठी आहे."

सत्य : ही लस लैंगिक संपर्कापूर्वी सर्वाधिक प्रभावी आहे, म्हणून 9 ते14 वर्षे वयात शिफारस केली जाते. तथापि, ज्यांना संसर्ग झाला नाही, अशा प्रौढांनाही (45 वर्षांपर्यंत) फायदा होऊ शकतो.

मिथक 2 **:** "लस घेतल्याने लैंगिक स्वातंत्र्य वाढते."

सत्य : अनेक संशोधनांतून (उदा. CDC अभ्यास) हे सिद्ध झाले आहे, की लसीकरणाचा लैंगिक वर्तनावर परिणाम होत नाही. ही लस केवळ आरोग्य संरक्षणासाठी आहे.

मिथक 3 **:** "लस असुरक्षित आहे."

सत्य : WHO, CDC आणि FDA यांनी तिची सुरक्षितता प्रमाणित केली आहे. कोट्यवधी लोकांना लस दिली गेली असून, सौम्य दुष्परिणाम (उदा. इंजेक्शनच्या जागी वेदना, ताप) सामान्य आहेत, पण गंभीर समस्या अत्यंत दुर्मिळ आहेत.

मिथक 4 **:** "फक्त मुलींनाच लस द्यावी."

सत्य : एचपीव्ही पुरुषांनाही प्रभावित करते. (उदा. घशाचा कर्करोग, शिश्नाचा कर्करोग). तसेच, पुरुष जोडीदाराद्वारे संसर्ग पसरवू शकतात. म्हणून मुलांना लस देणे तितकेच महत्त्वाचे आहे.

मिथक 5 **:** "लस घेतल्याने वंध्यत्व येते."

सत्य : याचा कोणताही वैज्ञानिक पुरावा नाही. उलट, गर्भाशयाच्या मुखाचा कर्करोग टाळून ही लस प्रजनन आरोग्य वाचवते.

मिथक 6 : "सुरक्षित लैंगिक संबंध पुरेसे आहेत."

सत्य : एचपीव्ही त्वचेच्या संपर्कानेही पसरतो. त्यामुळे कंडोम पूर्ण संरक्षण देऊ शकत नाही. लस अतिरिक्त आणि प्रभावी संरक्षण देते.

मिथक 7 : "प्रौढांना लस घ्यायची गरज नाही."

सत्य : 45 वर्षांपर्यंतच्या प्रौढांना फायदा होऊ शकतो. विशेषतः जर त्यांना आधी संसर्ग झाला नसेल.

मिथक 8 : "लस फक्त गर्भाशयाच्या कर्करोगासाठी आहे."

सत्य : ती गुदद्वार, शिश्न, घसा, योनी यांचा कर्करोग आणि जननेंद्रियांच्या गाठींपासूनही संरक्षण करते.

मिथक 9 : "लस नवी आणि अविश्वसनीय आहे."

सत्य : 2006 पासून उपलब्ध असलेली ही लस कोट्यवधी लोकांवर यशस्वी ठरली आहे.

मिथक 10 : "संसर्ग झाल्यास लस निरूपयोगी आहे."

सत्य : एखाद्या HPV Strain चा संसर्ग झाला असला तरी इतर प्रकारांपासून संरक्षण मिळते.

HPV लसीकरणात पालकांची भूमिका

जागरूकता आणि शिक्षण : पालकांनी एचपीव्ही आणि लसीकरणाबद्दल स्वतः माहिती घ्यावी आणि मुलांशी संवाद साधावा. डॉक्टर, WHO किंवा FOGSI यांसारख्या विश्वसनीय स्रोतांवरून माहिती मिळवावी.

वेळेवर लसीकरण : 9 ते 14 वयात मुला-मुलींना लस देण्यासाठी वेळापत्रक ठरवावे:

9–14 वर्षे : 2 डोस (6–12 महिन्यांचे अंतर).

15 वर्षांनंतर : 3 डोस (0, 1–2, आणि 6 महिन्यांनंतर).

विशेष परिस्थितीत (उदा. इम्युनोकॉम्प्रोमाइज्ड व्यक्ती) डॉक्टरांचा सल्ला घ्यावा.

गैरसमज दूर करणे : लसीबद्दलच्या अफवांवर विश्वास न ठेवता वैज्ञानिक तथ्यांवर आधारित निर्णय घ्यावेत. उदा. "लस असुरक्षित आहे" किंवा "वंध्यत्व येते" हे खोटे आहे, हे मुलांना समजवावे.

प्रोत्साहन आणि समर्थन : मुलांना लसीकरणाचे महत्त्व समजावून सांगावे आणि त्यांना भीती न वाटता सुरक्षित भविष्यासाठी प्रेरित करावे. लसीकरण हे त्यांच्या आरोग्याचे रक्षण आहे हे पटवावे.

उपलब्धता आणि नियोजन : जवळच्या रुग्णालयात किंवा क्लिनिकमध्ये लस उपलब्ध आहे का हे तपासावे, अपॉईंटमेंट बुक करावी आणि लसीकरणाची प्रक्रिया पूर्ण करावी. भारतात FOGSI आणि IMA सारख्या संस्था यासाठी मार्गदर्शन करतात.

सामाजिक जबाबदारी : पालकांनी इतर पालकांमध्येही जागरूकता निर्माण करावी, जेणेकरून समाजात एचपीव्हीचा प्रसार कमी होईल.

महत्त्वाचे मुद्दे

- एचपीव्ही हा एक डबल-स्ट्रँडेड डीएनए विषाणू आहे, जो त्वचा आणि श्लेष्मल पेशींना संक्रमित करतो.
- एचपीव्हीचे काही प्रकार गर्भाशय मुखाच्या कर्करोगासह इतर लैंगिक अवयव व तोंडाच्या कर्करोगास कारणीभूत ठरतात.
- एचपीव्हीचा संसर्ग मुख्यतः लैंगिक संपर्काद्वारे होतो, परंतु तो अलैंगिक पद्धतीनेही पसरण्याची शक्यता असते.
- एचपीव्ही लसीकरण हे या विषाणूपासून संरक्षणाचा अत्यंत सुरक्षित व प्रभावी उपाय आहे.
- 9 ते 14 वयोगटातील मुला-मुलींना ही लस देणे सर्वाधिक उपयुक्त असून, लसीकरणाने भविष्यातील कर्करोगाचा धोका मोठ्या प्रमाणात कमी होतो.

एचपीव्ही लस विकासातील वैद्यकीय योद्ध्यांचे योगदान

- एचपीव्ही (ह्युमन पॅपिलोमाव्हायरस)
- लस विकसित करण्यामागे अनेक संशोधक,
- वैद्यकीय तज्ज्ञ आणि जागरूकता निर्माण करणाऱ्या व्यक्तींचा मोलाचा वाटा आहे. या लसीमुळे गर्भाशय मुखाचा कर्करोग आणि इतर एचपीव्ही-संबंधित आजारांपासून संरक्षण मिळाले असून, वैद्यकीय क्षेत्रात एक क्रांती घडली आहे.

खालील व्यक्तींनी या प्रवासात महत्त्वपूर्ण योगदान दिले आहे:

1. डॉ. डग लोवी (Doug Lowy, MD)

कोण आहेत डॉ. डग लोवी : हे सेंटर फॉर कॅन्सर रिसर्च (नॅशनल कॅन्सर इन्स्टिट्यूटमधील (NCI) प्रमुख संशोधक आणि प्रयोगशाळेचे प्रमुख आहेत. ते NCI चे उपसंचालकही राहिले आहेत.

योगदान : डॉ. लोवी यांनी त्यांचे सहकारी डॉ. जॉन शिलर यांच्यासोबत मिळून एचपीव्ही लसीच्या तंत्रज्ञानाचा पाया घातला. त्यांनी एचपीव्हीच्या L1

प्रथिनांचा अभ्यास केला आणि व्हायरससारखे कण (Virus-Like Particles - VLPs) तयार करण्याची पद्धत विकसित केली. हे VLPs संसर्गजन्य नसतात, परंतु रोगप्रतिकारशक्तीला सक्रिय करून एचपीव्हीविरुद्ध संरक्षण देतात. या संशोधनामुळे मर्क (Gardasil) आणि ग्लॅक्सोस्मिथक्लाईन (Cervarix) या कंपन्यांना लस निर्मितीचा मार्ग मोकळा झाला.

प्रभाव : त्यांच्या कार्यामुळे 2006 मध्ये पहिली एचपीव्ही लस FDA मान्यताप्राप्त झाली, जी कर्करोग प्रतिबंधक पहिली लस ठरली. त्यांना 2017 मध्ये लास्कर-डेबेकी क्लिनिकल मेडिकल रिसर्च पुरस्कार आणि 2014 मध्ये नॅशनल मेडल ऑफ टेक्नॉलॉजी अँड इनोव्हेशन यांसारखे सन्मान मिळाले.

2. डॉ. देबोराथ स्टेन्झेल (Deborah Stenzel)

कोण आहेत डॉ. देबोराथ स्टेन्झेल : या वैद्यकीय संशोधक आहेत, ज्यांनी एचपीव्हीच्या संरचनेच्या अभ्यासात योगदान दिले.

योगदान : त्यांनी इलेक्ट्रॉन मायक्रोग्राम्सचा वापर करून एचपीव्हीच्या व्हायरल कॅप्सिडचे (विषाणूच्या बाह्य आवरणाचे) सूक्ष्म विश्लेषण केले. हे कॅप्सिड एचपीव्हीच्या L1 प्रथिनांपासून बनते, जे लस विकसित करण्यासाठी आधारभूत होते. त्यांच्या या संशोधनाने व्हायरससारख्या कणांच्या संरचनेची पुष्टी करण्यास मदत झाली, ज्यामुळे लसीचे तंत्रज्ञान अधिक मजबूत झाले.

प्रभाव : त्यांच्या कार्यामुळे संशोधकांना एचपीव्हीच्या संरचनेची सखोल माहिती मिळाली, ज्याने लस विकासाला गती मिळाली.

3. डॉ. अलेक्झांडर (मर्क कंपनीचे प्रतिनिधी)

कोण आहेत डॉ. अलेक्झांडर : हे मर्क कंपनीशी संबंधित वैद्यकीय तज्ज्ञ आणि प्रवक्ते आहेत, ज्यांनी गार्डासिल लसीच्या निर्मितीत महत्त्वाची भूमिका निभावली.

योगदान : मर्क कंपनीने डॉ. लोवी आणि डॉ. शिलर यांच्या तंत्रज्ञानाचा वापर करून गार्डासिल ही लस विकसित केली. डॉ. अलेक्झांडर यांनी या प्रक्रियेत संशोधन, चाचणी आणि व्यावसायिक उत्पादन यांचे समन्वय साधले. त्यांनी लसीच्या क्लिनिकल चाचण्या यशस्वीपणे पार पाडल्या आणि 2006 मध्ये FDA कडून मान्यता मिळवली.

प्रभाव : गार्डासिल ही पहिली व्यावसायिक एचपीव्ही लस ठरली, जी आज जगभरात वापरली जाते आणि लाखो लोकांचे जीवन वाचवते.

4. डॉ. प्रिया गणेश कुमार

कोण आहेत डॉ. प्रिया गणेश कुमार : या महाराष्ट्रातील प्रसूतीतज्ज्ञ (Obstetrician) आहेत, ज्या एचपीव्ही लसीकरणाच्या जनजागृतीसाठी कार्यरत आहेत.

योगदान : त्यांनी भारतात एचपीव्ही लसीबद्दल जागरूकता वाढवण्यासाठी अथक प्रयत्न केले. गर्भाशय मुखाचा कर्करोग हा भारतात महिलांमधील प्रमुख कर्करोगांपैकी एक आहे आणि डॉ. प्रिया यांनी पालक, तरुण आणि वैद्यकीय समुदायाला लसीकरणाचे महत्त्व पटवून देण्यासाठी शिबिरे, व्याख्याने आणि मोहिमा राबवल्या. त्यांनी लसीकरणाचे फायदे आणि सुरक्षितता यांवर भर दिला.

प्रभाव : त्यांच्या प्रयत्नांमुळे अनेक पालकांनी आपल्या मुलांना लस देण्यास सुरुवात केली, ज्यामुळे भारतातील कर्करोग प्रतिबंधक उपायांना बळ मिळाले.

हे तज्ज्ञ तरुणांसाठी प्रेरणास्रोत आहेत; कारण त्यांनी विज्ञान, तंत्रज्ञान आणि सामाजिक जबाबदारी यांचा समन्वय साधून मानवजातीच्या कल्याणासाठी कार्य केले. त्यांचे हे प्रयत्न भावी पिढीला संशोधन आणि समाजसेवेसाठी प्रोत्साहित करतात.

संक्रमणजन्य लैंगिक आजार (Sexually Transmitted Diseases) आरोग्य रक्षणासाठी आवश्यक माहिती

STD म्हणजे संक्रमणजन्य लैंगिक आजार. या आजारांबद्दल जाणून घेणे केवळ स्वतःच्या आरोग्यासाठीच नाही, तर इतरांच्या सुरक्षिततेसाठीही अत्यंत महत्त्वाचे आहे. STD कोणते असतात, ते कसे पसरतात आणि त्यापासून बचाव कसा करावा, ही माहिती लोकांना त्यांच्या आरोग्याबाबत सूज्ञ निर्णय घेण्यासाठी मदत करते.

STD विषयी थोडक्यात माहिती:

1. क्लॅमिडिया (Chlamydia):

हा एक जीवाणूजन्य संसर्ग आहे, जो अनेकवेळा लक्षणांशिवाय होतो. उपचार न केल्यास, विशेषतः महिलांमध्ये, तो प्रजनन समस्यांचे कारण ठरू शकतो.

2. जननेंद्रिय हरपीस (Genital Herpes):

विषाणूजन्य संसर्ग जो त्वचेच्या थेट संपर्काने पसरतो. यात वेदनादायक फोड आणि जखमा होऊ शकतात.

3. जननेंद्रिय मस्से (Genital Warts – HPV):

मानवी पॅपिलोमा विषाणूमुळे होणारा हा संसर्ग मस्से निर्माण करतो आणि काही प्रकारात गर्भाशयाच्या कर्करोगाचा धोका वाढतो.

4. गोनोरिया (Gonorrhea):

हा जीवाणूजन्य आजार जननेंद्रिय, गुदद्वार किंवा घशाला बाधित करतो. बऱ्याच वेळा याची लक्षणे स्पष्टपणे दिसत नाहीत.

5. हिपॅटायटिस बी (Hepatitis B) :

हा यकृताला बाधणारा विषाणूजन्य संसर्ग असून, संक्रमित रक्त, वीर्य किंवा इतर शारीरिक द्रवांद्वारे पसरतो.

6. एचआयव्ही आणि एड्स (HIV & AIDS):

एचआयव्ही रोगप्रतिकारक शक्ती नष्ट करतो. उपचार न झाल्यास एड्स होतो. हा विषाणू रक्त, वीर्य, योनीस्राव किंवा इतर द्रव्यांद्वारे पसरतो.

7. **सिफिलिस (Syphilis) :**

ही जीवाणूजन्य लागण वेगवेगळ्या टप्प्यांत प्रगती करते. सुरुवातीला जखमा दिसतात आणि उपचार न झाल्यास मेंदू, हृदय यांसारख्या अवयवांवर परिणाम होतो.

8. **ट्रायकोमोनायसिस (Trichomoniasis):**

हा परजीवी संसर्ग असून, यामुळे जननेंद्रियांमध्ये जळजळ, स्त्राव व अस्वस्थता होऊ शकते. बऱ्याच लोकांना लक्षणे जाणवत नाहीत.

STD पासून बचावाचे उपाय :

- नेहमी कंडोम किंवा डेंटल डॅमचा वापर करा.
- HPV आणि हिपॅटायटिस बीसारख्या लसी घ्या.
- नियमित STD तपासणी करा, विशेषतः नवीन किंवा अनेक जोडीदार असल्यास.

किशोरवयीन मुलांचे आरोग्य सजगतेने आणि काळजीपूर्वक

आपल्या किशोरवयीन मुलांचे शारीरिक आणि मानसिक आरोग्य जपण्यासाठी नियमित वैद्यकीय सल्लामसलत आवश्यक आहे. खाली दिलेल्या बाबतीत वैद्यकीय सल्ला घेणे उपयुक्त ठरते.

1. **नियमित आरोग्य तपासणी :**

दरवर्षी होणारी आरोग्य तपासणी ही मुलांच्या वाढीचा मागोवा घेण्यास आणि लसीकरण, पोषण, शारीरिक क्रिया व मानसिक आरोग्य याबद्दल मार्गदर्शन मिळवण्यासाठी उपयुक्त ठरते. डॉक्टरांशी नियमित संवादामुळे संवेदनशील विषयांवर मोकळेपणाने चर्चा करता येते.

2. **मानसिक आरोग्याच्या चिंता :**

किशोरवयीन काळात नैराश्य, चिंता, तणाव सामान्य असतात. मूल सतत दुःखी असणे, एकटेपणा, झोप व खाण्याच्या सवयींमध्ये बदल, आत्महानीसंबंधी विचार हे गंभीर चिन्ह असू शकतात. लवकर सल्ला घेतल्यास या समस्यांवर प्रभावी उपाय करता येतो.

3. **वर्तणुकीतील बदल :**

आकस्मिक आक्रमकता, अभ्यासात घसरण किंवा व्यसनांच्या दिशेने कल दाखवणारी वर्तणूक ही मानसिक किंवा सामाजिक समस्यांचे लक्षण असू शकते. याबाबतीत तज्ञांचे मार्गदर्शन महत्त्वाचे आहे.

4. **शारीरिक अस्वस्थता :**

सतत डोकेदुखी, पोटदुखी किंवा सांध्यातील वेदना, सतत थकवा, किंवा इतर शारीरिक तक्रारी असल्यास डॉक्टरांचा सल्ला घ्यावा.

5. **प्रतिबंधात्मक काळजी :**

- पोषण व व्यायामाबद्दल योग्य मार्गदर्शन.
- मादक पदार्थांपासून दूर राहण्याचे महत्त्व.
- लैंगिक शिक्षण व STD विषयी योग्य माहिती.
- लसीकरण अद्ययावत ठेवणे.

6. **स्वायत्ततेला प्रोत्साहन :**

मुलांना त्यांच्या आरोग्यविषयी प्रश्न विचारायला प्रोत्साहित करा. डॉक्टरांशी खासगी संवादासाठी त्यांना संधी द्या, जेणेकरून त्यांच्या आरोग्याचा जबाबदारीपूर्वक विचार केला जाईल.

महत्त्वाचे मुद्दे

- STD म्हणजे लैंगिक संबंधातून पसरणारे आजार असून योग्य माहिती आणि प्रतिबंध आवश्यक असतो.
- क्लॅमिडिया, हरपीस, गोनोरिया, एचआयव्ही यांसारख्या आजारांची लक्षणे अस्पष्ट असू शकतात.
- STD पासून बचावासाठी कंडोमचा वापर, लसीकरण आणि नियमित तपासणी गरजेची आहे.
- किशोरवयीन मुलांमध्ये मानसिक, शारीरिक आणि लैंगिक आरोग्यावर सतत लक्ष ठेवणे आवश्यक आहे.
- आरोग्याविषयी मोकळा संवाद, डॉक्टरांचा सल्ला आणि योग्य माहिती मुलांच्या सुरक्षित भविष्यासाठी उपयुक्त ठरतो.

किशोरवयीन मुलं आणि स्त्रियांमधील प्रमुख आरोग्य व सामाजिक आव्हाने : कारणे, परिणाम आणि उपाय

आजच्या वेगवान आणि बदलत्या जीवनशैलीत किशोरवयीन मुले आणि स्त्रिया यांच्यासमोरील आरोग्य आणि सामाजिक आव्हाने वाढत आहेत. शारीरिक आणि मानसिक स्वास्थ्याशी संबंधित समस्यांचा समाजाच्या सर्वांगीण प्रगतीवर थेट परिणाम होतो. ॲनिमिया, थायरॉईड विकार, व्यसनाधीनता, लठ्ठपणा आणि मानसिक आरोग्याच्या समस्या या सर्व किशोरवयीन मुलांमध्ये आणि स्त्रियांमध्ये विशेषत्वाने आढळतात. या समस्यांचे मूळ कारण अनेकदा चुकीची जीवनशैली, पोषणाचा अभाव, सामाजिक दबाव आणि जागरूकतेची कमतरता यांत दडलेले आहे. या प्रत्येक समस्येचे स्वरूप, लक्षणे, कारणे, परिणाम आणि उपाय यांचा सविस्तर विचार करणे आवश्यक आहे. वेळीच निदान, योग्य उपचार, संतुलित आहार, नियमित व्यायाम आणि पालकांचे मार्गदर्शन यांद्वारे या समस्यांवर मात

करणे शक्य आहे. समाजात जागरूकता आणि शिक्षण यांच्या माध्यमातून आपण निरोगी आणि सशक्त पिढी घडवू शकतो, जी भविष्यातील प्रगतीचा पाया ठरेल.

ॲनिमिया

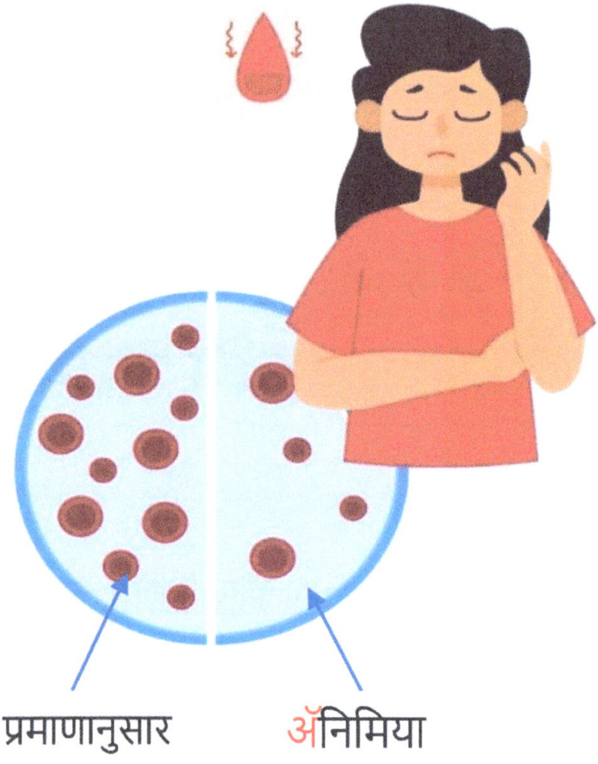

ॲनिमिया ही आजच्या काळात किशोरवयीन मुलांमध्ये सर्वसामान्यपणे आढळणारी, पण दुर्लक्षित राहणारी एक गंभीर आरोग्यसमस्या आहे. ॲनिमिया म्हणजे रक्तात हिमोग्लोबिनचं प्रमाण आवश्यकतेपेक्षा कमी असणं. हिमोग्लोबिन हे लाल रक्तपेशींमध्ये असणारं प्रोटीन असून ते फुफ्फुसांमधून शुद्ध केलेला ऑक्सिजन शरीरातील प्रत्येक पेशीपर्यंत पोहोचवण्याचं काम करतं. त्यामुळे हिमोग्लोबिन कमी झालं, की संपूर्ण शरीराच्या कार्यक्षमतेवर परिणाम होतो.

किशोरवय हा शरीराच्या आणि मनाच्या झपाट्याने होणाऱ्या वाढीचा टप्पा आहे. या वयात मुलं-मुली शारीरिकदृष्ट्या प्रौढत्वाच्या दिशेने जात असतात. याच काळात शरीराला लोह, फोलिक ॲसिड, व्हिटॅमिन B12 यांसारख्या पोषक घटकांची जास्त गरज असते; परंतु चुकीचा आहार, फास्ट फूडची सवय, पोषणाची माहिती नसणं किंवा काही अडचणींमुळे योग्य अन्न न मिळणं यांमुळे या गरजा पूर्ण होत नाहीत आणि ॲनिमिया निर्माण होतो.

मुलींमध्ये मासिक पाळी सुरू झाल्यावर दर महिन्याला होणाऱ्या रक्तस्रावामुळे शरीरातील लोह कमी होण्याचा धोका जास्त असतो. विशेषतः ज्या मुलींना अतिप्रवृत्ती किंवा अनियमित पाळी असते, त्यांना ॲनिमिया लवकर होतो. ॲनिमियामुळे त्यांना सतत थकवा जाणवतो, डोकं दुखतं, अभ्यासात लक्ष लागत नाही, एकाग्रता कमी होते, चक्कर येते, चिडचिड वाढते आणि काही वेळा धाप लागण्याची तक्रारही होते. काही मुलींमध्ये केस गळणे, त्वचा कोरडी होणे, नखं नाजूक होणे अशी लक्षणंही दिसून येतात.

ॲनिमियाचं निदान साध्या रक्त तपासणीतून, म्हणजे “हिमोग्लोबिन चाचणी” करून करता येतं. या तपासणीत रक्तातील हिमोग्लोबिनचं प्रमाण तपासलं जातं. हिमोग्लोबिन हे मुख्यतः लोह (Iron) आणि प्रोटीनपासून बनलेलं असतं. त्याचं काम म्हणजे फुफ्फुसांमधून शुद्ध केलेला ऑक्सिजन शरीरभर पोहोचवणं. सामान्यतः लहान मुलांमध्ये (विशेषतः नवजात किंवा लहान वयातील) हिमोग्लोबिनचं प्रमाण साधारणतः 14 ग्रॅम/डेसीलिटर असतं. किशोरवयीन मुलं आणि मुलींच्या बाबतीत हे प्रमाण 11.5 ते 13.5 ग्रॅम/डेसीलिटर दरम्यान असणं आरोग्यदृष्ट्या योग्य मानलं जातं. जर हिमोग्लोबिनचं प्रमाण वरील मर्यादेपेक्षा कमी असेल, तर त्या व्यक्तीस ॲनिमिया असल्याची शक्यता धरली जाते आणि त्यानुसार उपचारांची गरज ठरते. ॲनिमियाचे प्रभावी उपचार म्हणजे आहारातील बदल आणि योग्य औषधोपचार. आहारामध्ये लोह या घटकाचे प्रमाण वाढवणं फार महत्त्वाचं असतं. हिरव्या

पालेभाज्या (पालक, मेथी, शेपू), बीट, काळे मनुके, गूळ, शेंगदाणे, डाळी, अंडी, मासे, मटण हे सर्व लोहयुक्त अन्न आहेत. लोहाचं शरीरात शोषण चांगलं व्हावं, यासाठी लिंबू, संत्री, आवळा यांसारखं व्हिटॅमिन C युक्त अन्नसुद्धा खाणं गरजेचं असतं. डॉक्टरांच्या सल्ल्याने लोहमिश्रित गोळ्या, सिरप किंवा इंजेक्शनसुद्धा दिले जाऊ शकतात. कृमी संसर्गाचं निदान झाल्यास त्यावर कृमिनाशक औषधंही आवश्यक असतात. हिमोग्लोबिनची तीव्र कमतरता असल्यास शरीराची रोगप्रतिकारक शक्ती कमी होते. त्यामुळे इन्फेक्शन होण्याचा धोका वाढतो आणि उपचार करताना अधिक काळ व मेहनत लागू शकते. ॲनिमिया टाळण्यासाठी योग्य आहार, नियमित आरोग्य तपासणी आणि मुलांमध्ये शरीर साक्षरतेबद्दल जागरूकता असणं फार महत्त्वाचं आहे. किशोरवयीन मुलांचे आरोग्य टिकवण्यासाठी ॲनिमियासारख्या आजाराचं वेळेवर निदान आणि व्यवस्थापन गरजेचं आहे. कारण निरोगी शरीरातच निरोगी मन नांदतं आणि तेच समाजाच्या प्रगतीसाठी मूलभूत आहे.

थायरॉईड विकार

थायरॉईड विकार हा एक असा आजार आहे, जो थायरॉईड ग्रंथीच्या कार्यात बिघाड झाल्यामुळे उदभवतो. ही फुलपाखराच्या आकाराची ग्रंथी गळ्याच्या समोरील भागात असते आणि ती थायरॉक्सिन (T3 आणि T4) संप्रेरके तयार करते. ही संप्रेरके शरीरातील प्रत्येक पेशीवर परिणाम करतात आणि चयापचय (मेटाबॉलिक रेट), ऑक्सिजनचा वापर, शरीराचे तापमान, लिपिड संश्लेषण आणि इतर अनेक कार्यांवर नियंत्रण ठेवतात. विशेषतः किशोरवयीन मुलांमध्ये थायरॉईड विकारांचा धोका जास्त असतो, कारण या वयात आणि अवस्थेत शारीरिक आणि हार्मोनल बदल वेगाने होतात. थायरॉईड विकारांचे प्रकार, कारणे, लक्षणे, परिणाम आणि उपचार यांबाबत सविस्तर माहिती खाली दिली आहे.

थायरॉईड ग्रंथीचे कार्य प्रामुख्याने दोन प्रकारे बिघडू शकतेः हायपरथायरॉईडीझम (ग्रंथी अतिसक्रिय असणे) आणि हायपोथायरॉईडीझम (ग्रंथी कमी सक्रिय असणे). हायपरथायरॉईडीझममध्ये T3 आणि T4 संप्रेरकांचे प्रमाण जास्त होते, ज्यामुळे शरीरातील सर्व यंत्रणा वेगाने काम करू लागतात. याची लक्षणे किशोरवयीन मुलांमध्ये घाम येणे, अस्वस्थता, हृदयाचे ठोके वाढणे, दडपण येणे, डायरिया आणि वजन कमी होणे अशी दिसतात. किशोरवयीन मुलांमध्ये यांमुळे अभ्यासात लक्ष न लागणे आणि चिडचिडेपणा दिसू शकतो. याउलट हायपोथायरॉईडीझममध्ये संप्रेरकांचे प्रमाण कमी होते, ज्यामुळे शरीराची यंत्रणा मंदावते. याची लक्षणे म्हणजे सतत थकवा, त्वचा कोरडी पडणे, बद्धकोष्टता (कॉन्स्टिपेशन), वजन वाढणे आणि केस गळणे. किशोरवयीन मुलींमध्ये यामुळे मासिक पाळीच्या तक्रारी, जसे की जास्त रक्तस्राव किंवा अनियमित पाळी दिसू शकतात. मुलांमध्ये वृषण विकास आणि शुक्राणूजननावर परिणाम होऊ शकतो.

थायरॉईड ग्रंथीचे कार्य नियंत्रित करण्याचे काम थायरॉईड स्टिम्युलेटिंग हार्मोन (TSH) करते, जे मेंदूतील पिट्यूटरी ग्रंथी तयार करते. TSH ची पातळी रक्त तपासणीद्वारे तपासली जाते, ज्यामुळे थायरॉईड ग्रंथीचे कार्य व्यवस्थित आहे की

नाही, हे समजते. T3, T4 आणि TSH च्या पातळीच्या चाचण्या डॉक्टरांना हायपरथायरॉईडीझम किंवा हायपोथायरॉईडीझमचे निदान करण्यास मदत करतात. किशोरवयीन मुलांमध्ये या चाचण्या नियमित करणे महत्त्वाचे आहे, कारण थायरॉईड संप्रेरके बुद्धिमत्ता, स्मरणशक्ती आणि शारीरिक वाढ यांवर थेट परिणाम करतात. लहान मुलांमध्ये थायरॉईड संप्रेरकांचे प्रमाण योग्य नसल्यास मेंदूचा विकास मंदावतो, ज्याचा परिणाम बुद्ध्यांक आणि शिकण्याच्या क्षमतेवर होतो.

कन्जेनायटल हायपोथायरॉईडीझम हा एक जन्मतः उदभवणारा थायरॉईड विकार आहे, ज्यामध्ये थायरॉईड ग्रंथी पूर्णपणे विकसित झालेली नसते किंवा ती पुरेसे संप्रेरक तयार करू शकत नाही. हा प्रकार नवजात अर्भकांमध्ये आढळतो आणि यावर लवकर उपचार करणे अत्यंत महत्त्वाचे आहे. जागतिक पातळीवर नवजात अर्भकांची थायरॉईड कार्यक्षमतेची चाचणी करण्याची शिफारस केली जाते, कारण लवकर निदान आणि उपचारामुळे बुद्धिमत्ता, शारीरिक वाढ आणि सामाजिक विकास योग्य रीतीने होऊ शकतो. उपचारामध्ये थायरॉक्सिन संप्रेरकाची गोळी किंवा पूरक औषधे दिली जातात. किशोरवयीन मुलांमध्ये कन्जेनायटल हायपोथायरॉईडीझम असल्यास उंची वाढण्यात अडथळा, वजन वाढणे आणि शैक्षणिक कामगिरीत अडचणी येऊ शकतात.

गॉइटर हा थायरॉईड विकाराचा आणखी एक प्रकार आहे, जो आयोडीनच्या कमतरतेमुळे होतो. आयोडीन हे थायरॉक्सिन संप्रेरक तयार करण्यासाठी आवश्यक आहे. आयोडीनच्या कमतरतेमुळे थायरॉईड ग्रंथी संप्रेरक तयार करू शकत नाही, ज्यामुळे TSH ची पातळी वाढते आणि ग्रंथी सूजते. याला गॉइटर म्हणतात. गॉइटरमध्ये संपूर्ण ग्रंथी किंवा तिचा काही भाग वाढतो, ज्यामुळे गळ्याजवळ सूज येते. यामुळे अन्न गिळण्यात अडचण, श्वास घेण्यास त्रास आणि काही वेळा आवाजात बदल होऊ शकतो. किशोरवयीन मुलांमध्ये गॉइटरमुळे शारीरिक स्वरूपात बदल दिसू शकतात, ज्याचा परिणाम त्यांच्या आत्मविश्वासावर होऊ शकतो.

स्त्रियांमध्ये गॉइटर गर्भधारणेदरम्यान गुंतागुंत निर्माण करू शकते. उपचारामध्ये आयोडीनपूरक औषधे, रेडिओॲक्टिव्ह आयोडीनथेरपी किंवा गंभीर प्रकरणांमध्ये शस्त्रक्रिया यांचा समावेश होतो. आयोडीनयुक्त मीठ आणि आहारात समुद्री खाद्यपदार्थांचा समावेश करणे गॉइटर टाळण्यास मदत करते.

किशोरवयीन मुलींमध्ये हायपोथायरॉईडीझममुळे मासिक पाळीच्या तक्रारी, जसे की अनियमित पाळी किंवा जास्त रक्तस्राव, दिसू शकतात. मुलांमध्ये थायरॉईड संप्रेरकांचे असंतुलन वृषण विकास आणि शुक्राणू जननावर परिणाम करू शकते. यामुळे पौगंडावस्थेतील शारीरिक बदल मंदावतात. स्त्रियांमध्ये थायरॉईड विकार प्रजननक्षमता, गर्भधारणा आणि बाळंतपणावर परिणाम करतात. गर्भवती महिलांमध्ये हायपोथायरॉईडीझम असल्यास गर्भाच्या मेंदूच्या विकासावर आणि वाढीवर परिणाम होऊ शकतो, तर हायपरथायरॉईडीझममुळे गर्भपात किंवा वेळेपूर्वी प्रसूतीचा धोका वाढतो.

थायरॉईड विकारांवर उपचार सहज उपलब्ध आहेत आणि योग्य औषधोपचाराने संप्रेरकांची पातळी नियंत्रित ठेवता येते. हायपोथायरॉईडीझमसाठी थायरॉक्सिन गोळ्या दिल्या जातात, ज्या संप्रेरकांची कमतरता भरून काढतात. हायपरथायरॉईडीझमसाठी अँटीथायरॉईड औषधे, रेडिओॲक्टिव्ह आयोडीनथेरपी किंवा शस्त्रक्रिया यांचा वापर होतो. किशोरवयीन मुलांसाठी औषधे नियमित घेणे आव्हानात्मक वाटू शकते, परंतु पालक आणि डॉक्टरांच्या मार्गदर्शनाने हे सोपे होते.

थायरॉईड विकार टाळण्यासाठी आहारात आयोडीनयुक्त पदार्थ, जसे की आयोडीनयुक्त मीठ, मासे आणि दुग्धजन्य पदार्थ यांचा समावेश करावा. किशोरवयीन मुलांना संतुलित आहार आणि नियमित शारीरिक हालचालींची सवय लावावी. सरकारने ग्रामीण भागात आयोडीनयुक्त मीठवाटप आणि थायरॉईड जागरूकता कार्यक्रम राबवावेत. नवजात अर्भकांची थायरॉईड चाचणी अनिवार्य आहे आणि

लवकर निदान यांमुळे कन्जेनायटल हायपोथायरॉईडीझमचे परिणाम कमी होऊ शकतात.

थायरॉईड विकार हा योग्य निदान आणि उपचाराने नियंत्रित करता येणारा आजार आहे. किशोरवयीन मुलांच्या शारीरिक, मानसिक आणि प्रजनन आरोग्यासाठी थायरॉईड संप्रेरकांचे संतुलन राखणे अत्यंत महत्त्वाचे आहे. नियमित तपासणी, संतुलित आहार, आणि वैद्यकीय सल्ला यांमुळे थायरॉईड विकारांचा धोका कमी होऊन जीवनमान सुधारते.

स्थूलपणा/लठ्ठपणा

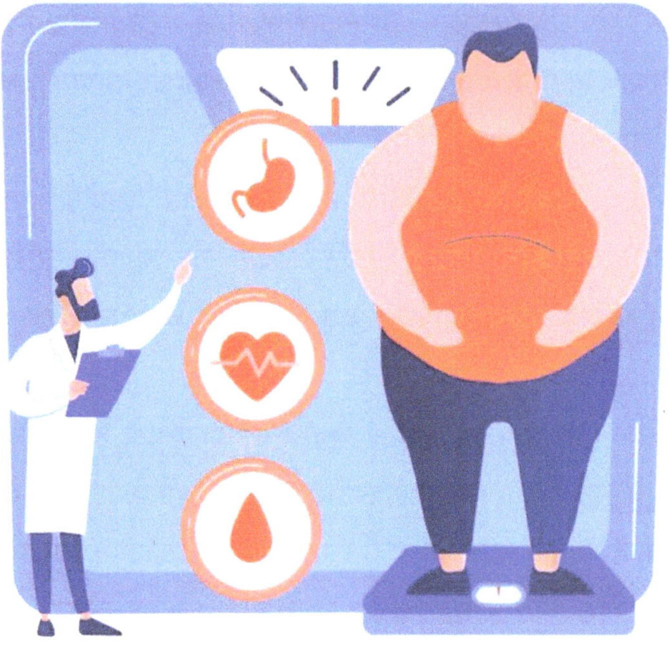

लठ्ठपणा (Obesity) ही आजच्या काळातील एक जागतिक आरोग्य समस्या आहे, जी भारततातही झपाट्याने वाढत आहे. बॉडी मास इंडेक्स (BMI) 30 पेक्षा जास्त असणे म्हणजे लठ्ठपणा. भारत जगात लठ्ठ व्यक्तींच्या संख्येत अमेरिका

आणि चीननंतर तिसऱ्या क्रमांकावर आहे. ही केवळ शारीरिक समस्या नसून, याचे मानसिक, सामाजिक आणि वैद्यकीय परिणाम गंभीर असतात. लठ्ठपणामुळे मधुमेह, उच्च रक्तदाब, हृदयविकार, सांधेदुखी, झोपेचे विकार, यकृताचे आजार आणि नैराश्य यांसारख्या अनेक समस्या उदभवू शकतात. सुदैवाने लठ्ठपणा ही निवारणयोग्य अवस्था आहे आणि योग्य उपायांनी यावर मात करणे शक्य आहे. खाली लठ्ठपणाची कारणे, परिणाम, उपाय आणि पालकांची भूमिका याबद्दल सविस्तर माहिती दिली आहे.

लठ्ठपणाची अनेक कारणे असू शकतात, ज्यामध्ये जीवनशैली, अनुवंशिकता आणि मानसिक घटकांचा समावेश होतो. सर्वांत प्रमुख कारण म्हणजे आजच्या आधुनिक जीवनशैलीतील चुकीच्या सवयी. जास्त कॅलरीयुक्त आहार, जसे की तळलेले पदार्थ, साखरयुक्त पेये, फास्ट फूड आणि प्रक्रिया केलेले खाद्यपदार्थ यांचे अतिसेवन लठ्ठपणाला कारणीभूत ठरते. याशिवाय कमी शारीरिक हालचाल हा आणखी एक मोठा घटक आहे. अनेक लोक, विशेषतः मुले, मोबाईल, टीव्ही आणि संगणक यांवर जास्त वेळ घालवतात, ज्यामुळे त्यांच्यात व्यायामाचा अभाव दिसून येतो. काही प्रकरणांमध्ये अनुवंशिक (जनुकीय) कारणेही लठ्ठपणाला कारणीभूत ठरू शकतात, परंतु याचे प्रमाण खूपच कमी आहे. हार्मोनल असंतुलन, जसे की थायरॉईड किंवा इतर अंतःस्रावी ग्रंथींच्या समस्या यांमुळेही लठ्ठपणा वाढू शकतो, पण हे देखील दुर्मिळ आहे. मानसिक कारणांमध्ये तणाव, नैराश्य आणि कमी आत्मसन्मान यांचा समावेश होतो. काही लोक तणाव कमी करण्यासाठी अति खाण्याकडे वळतात, ज्यामुळे त्यांचे वजन अनियंत्रितपणे वाढते. लहान मुलांमध्ये लठ्ठपणा वाढण्याचे एक कारण म्हणजे पालकांचा चुकीचा दृष्टिकोन. काही पालक मुलांना जास्त खाण्यासाठी आग्रह करतात किंवा घरी सतत साखरयुक्त पदार्थ आणि जंक फूड उपलब्ध ठेवतात, ज्यामुळे मुलांमध्ये चुकीच्या आहाराच्या सवयी विकसित होतात.

लठ्ठपणामुळे शारीरिक, मानसिक आणि सामाजिक स्तरावर अनेक गंभीर परिणाम होतात. शारीरिक दृष्टिकोनातून लठ्ठपणा हा मधुमेह (टाइप 2), उच्च रक्तदाब आणि हृदयविकार यांसारख्या आजारांचा सर्वांत मोठा जोखीम घटक आहे. यकृतामध्ये चरबी जमा होणे (Fatty Liver), पचनसंस्थेच्या समस्या आणि सांधेदुखी (विशेषतः गुडघे आणि पाठ) यांसारख्या समस्याही लठ्ठपणामुळे उदभवतात. लठ्ठ व्यक्तींना श्वसनाचे त्रास, जसे की स्लीप अप्निया (झोपेत श्वास थांबणे), होण्याची शक्यता जास्त असते. याशिवाय रक्तातील कोलेस्टेरॉलचे प्रमाण वाढणे आणि शारीरिक थकवा यांमुळे व्यक्तीचे आयुष्य कमी होऊ शकते.

मानसिक दृष्टिकोनातून लठ्ठपणा व्यक्तीचा आत्मविश्वास कमी करतो. समाजातून मिळणारी नकारात्मक टिप्पणी, मित्र-नातेवाईकांकडून टीका किंवा लठ्ठपणामुळे स्वतःच्या शरीराबद्दल वाटणारी लाज यांमुळे व्यक्तीला अपराधीपण आणि नैराश्य येऊ शकते. सामाजिक स्तरावर, लठ्ठ व्यक्तींना अनेकदा भेदभावाचा सामना करावा लागतो, ज्यामुळे त्यांची कार्यक्षमता आणि सामाजिक सहभाग कमी होतो. लठ्ठपणामुळे रोजच्या कामांमध्ये, जसे की चालणे, पायऱ्या चढणे किंवा शारीरिक कष्टाची कामे करणे, अडचणी येतात. यांमुळे व्यक्तीला थकवा, घाम येतो आणि अस्वस्थता जाणवते.

लठ्ठपणा ही निवारणयोग्य अवस्था आहे आणि योग्य उपायांनी यावर पूर्णपणे नियंत्रण मिळवता येते. सर्वप्रथम, लठ्ठपणाचे मूळ कारण शोधून काढणे महत्त्वाचे आहे. यासाठी जीवनशैलीचे निरीक्षण करणे, आहाराच्या सवयी समजून घेणे आणि वैद्यकीय तपासणी करणे आवश्यक आहे. खाली काही प्रमुख उपाय दिले आहेत.

1. **आहार नियंत्रण :** निरोगी आणि संतुलित आहार लठ्ठपणा नियंत्रित करण्यासाठी सर्वांत महत्त्वाचा आहे. आहारात चरबीचे प्रमाण कमी (30% कमी फॅट) आणि फायबरचे प्रमाण जास्त असावे. यासाठी हिरव्या भाज्या, डाळी, संपूर्ण धान्य आणि फळे यांचा समावेश करावा.

साखरयुक्त पदार्थ, जसे की मिठाई आणि प्रक्रिया केलेले खाद्यपदार्थ (बिस्किटे, चिप्स) पूर्णपणे टाळावेत. दूध आणि दुग्धजन्य पदार्थांचा वापर करताना साय काढलेले दूध वापरावे. जंक फूड, तळलेले पदार्थ, आणि सॉफ्ट ड्रिंक्स यांचे सेवन मर्यादित करावे. आहारतज्ज्ञांचा सल्ला घेऊन वैयक्तिक आहार योजना तयार करणे उत्तम.

2. **नियमित व्यायाम :** शारीरिक हालचाल वाढवणे लठ्ठपणा कमी करण्यासाठी आवश्यक आहे. दररोज किमान 30-45 मिनिटे चालणे, पोहणे, सायकलिंग किंवा मैदानी खेळ यांसारख्या गोष्टींचा समावेश करावा. यामुळे कॅलरी बर्न होतात आणि शरीर निरोगी राहते. स्क्रीन टाईम (मोबाईल, टीव्ही, संगणक) कमी करून मुलांना आणि स्वतःला सक्रिय जीवनशैलीकडे वळवावे.

3. **वैद्यकीय तपासणी आणि उपचार :** लठ्ठपणामुळे उदभवणाऱ्या समस्या शोधण्यासाठी नियमित तपासणी करणे गरजेचे आहे. लठ्ठपणा असल्यास दर दोन वर्षांनी कोलेस्टेरॉल आणि रक्तदाब तपासावे. त्वचेच्या समस्या, जसे की Acanthosis Nigricans (त्वचा काळवंडणे), मासिक पाळीचे विकार किंवा नैराश्याची लक्षणे दिसल्यास त्वरित डॉक्टरांचा सल्ला घ्यावा. काही प्रकरणांमध्ये डॉक्टर अँटी-ओबेसिटी औषधे किंवा गंभीर प्रकरणांमध्ये शस्त्रक्रिया (Bariatric Surgery) सुचवू शकतात.

4. **मानसिक आधार :** लठ्ठपणामुळे मानसिक त्रास होत असेल, तर समुपदेशन (Counseling) किंवा मानसोपचार तज्ज्ञांची मदत घ्यावी. कुटुंब आणि मित्रांचा पाठिंबा देखील महत्त्वाचा आहे.

मुलांमधील लठ्ठपणा रोखणे : पालकांची भूमिका

मुलांमधील लठ्ठपणा रोखण्यासाठी पालकांची भूमिका अत्यंत महत्त्वाची आहे. लहान वयातच मुलांना निरोगी सवयी लावणे आवश्यक आहे. कारण याच वयात त्यांच्या आहार आणि जीवनशैलीच्या सवयी विकसित होतात. पालकांनी मुलांना जास्त खाण्यासाठी आग्रह धरू नये. विशेषतः साखरयुक्त पदार्थ किंवा जंक फूड देऊ नये. घरी मिठाई, बिस्किटे, चिप्स किंवा तळलेले पदार्थ ठेवणे टाळावे. त्याऐवजी फायबरयुक्त आणि कमी चरबीयुक्त आहार, जसे की हिरव्या भाज्या, फळे, डाळी आणि कमी फॅट्स असलेले दूध यांचा समावेश करावा.

मुलांना शारीरिक हालचालींसाठी प्रोत्साहन द्यावे. मैदानी खेळ, सायकलिंग, पोहणे किंवा नियमित चालणे यांसारख्या गोष्टी मुलांना आवडतील अशा पद्धतीने शिकवाव्यात. स्क्रीन टाईम कमी करणे अत्यंत महत्त्वाचे आहे. कारण जास्त वेळ मोबाईल किंवा टीव्ही पाहिल्याने मुलांची शारीरिक हालचाल कमी होते आणि त्यांचे वजन वाढण्याची शक्यता वाढते. पालकांनी मुलांशी मोकळेपणाने संवाद साधावा आणि त्यांच्या भावनांना समजून घ्यावे. मुलांना सकारात्मक ध्येय आणि चांगल्या सवयींसाठी प्रेरित करावे.

नियमित वैद्यकीय तपासणीही महत्त्वाची आहे. मुलांचे वजन आणि उंची यांचे प्रमाण (Height-Weight Chart) तपासावे. दर दोन वर्षांनी कोलेस्टेरॉल आणि रक्तदाब तपासणी करावी. जर मुलांमध्ये त्वचेच्या समस्या, मासिक पाळीचे विकार, नैराश्य किंवा इतर लक्षणे दिसली तर त्वरित डॉक्टरांचा सल्ला घ्यावा. पालकांनी स्वतः निरोगी जीवनशैली अंगीकारावी. कारण मुले पालकांचे अनुकरण करतात. उदाहरणार्थ, पालकांनी स्वतः जंक फूड टाळून आणि नियमित व्यायाम करून मुलांसमोर चांगले उदाहरण ठेवावे.

लठ्ठपणा ही एक गंभीर; परंतु निवारणयोग्य अवस्था आहे. योग्य आहार, नियमित व्यायाम, वैद्यकीय तपासणी आणि कुटुंबाचा पाठिंबा यांच्या मदतीने

लठ्ठपणावर मात करणे शक्य आहे. विशेषतः मुलांमध्ये लठ्ठपणा रोखण्यासाठी पालकांनी लहान वयापासूनच निरोगी सवयी लावाव्यात.

व्यसनाधीनता

किशोरवयीन मुलांमध्ये वाढणारी एक गंभीर सामाजिक व मानसिक समस्या

किशोरवय म्हणजे एक संक्रमण कालावधी. या काळात मुलांमध्ये शारीरिक, मानसिक, भावनिक आणि सामाजिक पातळीवर मोठ्या प्रमाणात बदल होत असतात. शरीराची वाढ वेगाने होत असते, हार्मोन्समध्ये बदल होत असतो आणि त्यामुळे मुलांच्या विचारांमध्ये, वागण्यात, भावनांमध्येही अस्थिरता दिसून येते. ही अवस्था फार नाजूक असते. कारण या वयात योग्य मार्गदर्शन मिळालं नाही तर मूल चुकीच्या मार्गाला जाऊ शकतं.

अशा वयात मुलं अनेकदा वेगवेगळ्या गोष्टी 'फक्त एकदा ट्राय करतो' या विचाराने करत असतात. यात तंबाखू, दारू, गांजा, ब्राऊन शुगर, झोपेच्या गोळ्या, इतर ड्रग्स, सतत मोबाईलवर रिल्स बघणं, व्हिडिओ गेम्स, सतत जुगार खेळणे, सोशल मीडिया स्क्रोल करत राहणे अशा अनेक गोष्टी येतात. सुरुवातीला या गोष्टी "सवय" म्हणून सुरू होतात, पण जसजसं वेळ वाढतो, तसतसं त्याचं रूप "आसक्ती" किंवा "व्यसन" (Addiction) मध्ये बदलतं.

व्यसन ही एक मानसिक स्थिती आहे, जिथे व्यक्तीला ती गोष्ट (दारू, ड्रग्स, स्क्रीन, जुगार) न करता राहताच येत नाही. त्याच्याशिवाय मन शांत राहात नाही, शरीर बेचैन होतं आणि मन त्याचाच विचार करत राहतं. या गोष्टीचा वापर केल्यावर काही काळ सुखाची, निवांतपणाची किंवा विस्मरणाची भावना येते; पण त्यानंतर शरीरावर आणि मनावर वाईट परिणाम दिसू लागतात.

किशोरवयात व्यसन लागू शकतं, यामागे अनेक कारणं असतात. यातील एक महत्त्वाचं कारण म्हणजे "भावनिक असुरक्षितता." जर घरात पालकांमध्ये सतत

भांडणं असतील, एखादा पालक व्यसनाधीन असेल किंवा मूल सतत उपेक्षित राहिलं असेल, तर त्याला कुठेतरी आधार हवा असतो. हा आधार कधी चुकीच्या मित्रांमध्ये मिळतो, कधी मोबाईलमध्ये, कधी दारूत किंवा ड्रग्समध्ये. काही वेळा मुलं दुसऱ्यांचं अनुकरण करतात, मित्रांनी वापरलंय म्हणून आपल्यालाही करायचं असतं. हे "peer pressure" हे एक मोठे कारण आहे. याशिवाय आत्मविश्वासाची कमतरता, अभ्यासात अपयश, शारीरिक समस्या, लैंगिक गैरवर्तनाचा अनुभव, एकटेपणा या सर्व गोष्टीही मुलांना व्यसनाकडे ढकलू शकतात.

व्यसनामुळे सुरुवातीला काही त्रास होत नाही, असं वाटतं. पण हळूहळू लक्षणं दिसू लागतात. सतत चिडचिड होणे, खोटं बोलणे, घरच्यांना टाळणे, अभ्यासात रस न वाटणे, जुने मित्र सोडून नवीन वयस्कर किंवा अपरिचित लोकांशी मैत्री करणे, पैसे चोरी करणे, मूड सतत बदलत राहणे, वागणुकीत अस्थिरता हे सारे संकेत असतात, की मूल काही ना काही व्यसनाच्या आहारी गेलं आहे.

व्यसनामुळे शारीरिक, मानसिक आणि सामाजिक आरोग्यावर खोल परिणाम होतो. झोपेचे रूटीन बिघडते, भूक मंदावते, पचन बिघडते, त्वचा व चेहऱ्यावर परिणाम होतो. मेंदूवर थेट परिणाम होऊन एकाग्रता, स्मरणशक्ती आणि विचारशक्ती यांवर परिणाम होतो. मानसिक पातळीवर नैराश्य, आत्महत्येचे विचार, अत्याधिक चिडचिड, उदासीनता, समाजापासून तुटलेपणाची भावना तयार होते. काही वेळा व्यसन पूर्णपणे मेंदूच्या रचनेत बदल घडवून आणतं, ज्यामुळे पुढे कोणतीही गोष्ट आपल्याला आनंद देत नाही. या अवस्थेला "Reward Circuit Break-down" म्हणतात.

व्यसन थांबवलं, की शरीर त्याला विरोध करतं. ही अवस्था withdrawal symptoms म्हणतात. यामध्ये घाम येतो, अंग थरथरतं, मन बेचैन होतं, चक्कर येते, मळमळते, झोप लागत नाही, मन अस्वस्थ राहतं. म्हणूनच अनेकदा मुलं पुन्हा व्यसनाकडे वळतात, फक्त त्या असह्य withdrawal चा सामना टाळण्यासाठी.

पण ही गोष्ट थांबवता येते. यासाठी सगळ्यात पहिला आणि महत्त्वाचा टप्पा म्हणजे स्वीकार (Acceptance). व्यसन आहे हे मान्य करणं, आणि ते आपल्यावर वाईट परिणाम करतंय हे जाणून घेणं, ही सुरुवात आहे.

उपचारांत काही टप्पे येतात. सुरुवातीला वैद्यकीय तपासणी केली जाते, जेणेकरून शरीराला किती नुकसान झालं आहे हे समजतं. त्यानंतर डिटॉक्सिफिकेशन म्हणजे शरीरातून ती गोष्ट बाहेर काढण्याची प्रक्रिया केली जाते. त्याचबरोबर सायकॉलॉजिस्ट किंवा मानसोपचारतज्ज्ञ व्यक्तीला समजून घेतात. त्याच्या जीवनात काय अडचणी आहेत, काय भावना आहेत आणि व्यसनाची पार्श्वभूमी काय आहे, हे शोधून त्यावर काम करत असतात. कौटुंबिक समुपदेशन देखील गरजेचं असतं. कारण कधी कधी घरच्या व्यक्तींनाच बदल घडवावा लागतो.

कधी कधी अँटी-क्रेव्हिंग औषधे दिली जातात. काही वेळा व्यक्तीला काही काळासाठी समाजापासून दूर ठेवून, "आयसोलेशन केअर" मध्ये ठेवावं लागतं. उपचार संपल्यावरही नियमित समुपदेशन चालू ठेवावं लागतं. कारण पुन्हा relapse होण्याचा धोका असतो.

पालकांचा यात अतिशय मोठा वाटा असतो. मुलांशी सतत संवाद ठेवणं, त्यांच्यावर लक्ष ठेवणं; पण नियंत्रणात न ठेवता विश्वासात घेणं, त्यांच्या मित्रमंडळींशी परिचय असणं, त्यांच्या प्रश्नांना वेळ देणं, हे सगळं आवश्यक आहे. पालकांनी स्वतःही योग्य वागणूक अवलंबावी. जर आईवडील स्वतः दारू पित असतील तर मूल त्यांचं अनुकरण करणारच.

अशा गोष्टी रोखण्यासाठी शाळांमध्ये, समाजात सतत जनजागृती करणे आवश्यक आहे. किशोरवयीन मुलांसाठी योग्य मार्गदर्शन शिबिरे, समुपदेशन केंद्र, खेळ, कला, वाचन, विज्ञान यांकडे वळविणारे उपक्रम घेणे गरजेचे आहे. मुलांना प्रेरणा देणाऱ्या व्यक्तींच्या गोष्टी सांगाव्यात, त्यांना स्वप्नं बघायला शिकवावं आणि त्यासाठी कठोर प्रयत्न करायला प्रेरित करावं.

मानसिक आरोग्य

मानसिक आरोग्य हा शारीरिक आरोग्याइतकाच महत्त्वाचा विषय आहे, परंतु समाजात याबाबत अजूनही पुरेशी जागरूकता नाही. चिंता (Anxiety) आणि नैराश्य (Depression) हे दोन सामान्य मानसिक आरोग्य विकार आहेत, जे लहान मुलांपासून प्रौढांपर्यंत कोणालाही होऊ शकतात. विशेषतः किशोरवयीन आणि तरुण पिढीमध्ये या समस्यांचे प्रमाण वाढत आहे. या विकारांचे शारीरिक, मानसिक आणि सामाजिक परिणाम गंभीर असू शकतात आणि याकडे दुर्लक्ष केल्यास व्यसनाधीनता, लैंगिक शोषण किंवा आत्महत्येची प्रवृत्ती यांसारखी धोकादायक परिस्थिती निर्माण होऊ शकते. पालकांनी मुलांमधील मानसिक आरोग्याच्या लक्षणांना वेळीच ओळखून योग्य उपचार घेणे अत्यंत आवश्यक आहे. चिंता, नैराश्य, त्यांची लक्षणे, कारणे, परिणाम आणि उपाय यांबाबत सविस्तर माहिती खाली दिली आहे.

चिंता (Anxiety) म्हणजे काय?

चिंता हा एक मानसिक आरोग्य विकार आहे, ज्यामध्ये व्यक्तीला सतत तीव्र भीती, अस्वस्थता किंवा अनावश्यक काळजी जाणवते. ही चिंता कधी कधी विशिष्ट परिस्थितीशी संबंधित असते (उदा. परीक्षा, मुलाखत), तर कधी ती कोणत्याही स्पष्ट कारणाशिवाय उदभवते. चिंताग्रस्त व्यक्तीला शारीरिक लक्षणेही जाणवतात, जसे की हृदयाचे ठोके वाढणे, घाम येणे, हात-पाय थरथरणे, श्वास घेण्यास त्रास होणे किंवा पोटात अस्वस्थता. ही लक्षणे इतकी तीव्र असू शकतात की व्यक्तीचे दैनंदिन जीवन, अभ्यास किंवा सामाजिक संबंध प्रभावित होतात.

चिंता ही केवळ प्रौढांपुरती मर्यादित नाही; लहान मुले आणि किशोरवयीन मुलांमध्येही याची लक्षणे दिसू शकतात. उदाहरणार्थ, शाळेत जाण्याची भीती, मित्रांशी संवाद साधण्याची अस्वस्थता किंवा सतत काहीतरी वाईट होण्याची चिंता ही मुलांमध्ये चिंतेची लक्षणे असू शकतात. जर ही लक्षणे दीर्घकाळ टिकली, तर ती गंभीर मानसिक समस्येत रूपांतरित होऊ शकते.

नैराश्य (Depression) म्हणजे काय?

नैराश्य हा आणखी एक गंभीर मानसिक आरोग्य विकार आहे, ज्यामध्ये व्यक्तीला सतत उदासीनता आणि आनंदाचा अभाव जाणवतो. नैराश्यग्रस्त व्यक्तीला कोणत्याही गोष्टीत रस वाटत नाही आणि ती थकवा, एकाग्रतेचा अभाव किंवा आत्मविश्वासाची कमतरता अनुभवते. यासोबतच शारीरिक लक्षणेही दिसतात, जसे की भूक मंदावणे किंवा अति भूक लागणे, झोप न येणे किंवा अति झोपणे, आणि शारीरिक ऊर्जेचा अभाव.

नैराश्य केवळ "दुःखी वाटणे" एवढ्यापुरते मर्यादित नाही; हा एक जटिल विकार आहे, जो व्यक्तीच्या जीवनाच्या प्रत्येक पैलूवर परिणाम करतो. मुलांमध्ये आणि किशोरवयीन मुलांमध्ये नैराश्याची लक्षणे वेगळ्या पद्धतीने दिसू शकतात, जसे की चिडचिडेपणा, आक्रमकता, किंवा एकलकोंडेपणा. जर याकडे दुर्लक्ष केले, तर नैराश्य गंभीर स्वरूप धारण करू शकते आणि आत्महत्येच्या विचारांपर्यंत पोहोचू शकते.

वयोगटानुसार लक्षणे

9–13 वर्षे (लहान मुले)

या वयोगटातील मुलांमध्ये चिंता आणि नैराश्याची लक्षणे लहान स्वरूपात दिसू शकतात, परंतु त्यांच्याकडे दुर्लक्ष करू नये. या वयात मुले भावनिकदृष्ट्या संवेदनशील असतात आणि त्यांना त्यांच्या भावना व्यक्त करणे कठीण जाते. या वयोगटातील काही प्रमुख लक्षणे खालीलप्रमाणे आहेत.

- **चिडचिडेपणा :** मुले छोट्या छोट्या गोष्टींवर चिडचिड करतात किंवा रागावतात.
- **बेचैनी :** सतत अस्वस्थ वाटणे, स्थिर न बसणे.

- **अभ्यासात लक्ष न लागणे :** एकाग्रतेची समस्या, शाळेतील कामगिरी खालावणे.
- **एकलकोंडेपणा :** मित्रांपासून किंवा कुटुंबापासून दूर राहणे, एकटे राहण्याची सवय.
- **भूक आणि झोपेच्या सवयींमध्ये बदल :** भूक कमी होणे किंवा अति भूक लागणे, झोप न येणे किंवा अति झोपणे.
- **आक्रमकता :** छोट्या गोष्टींवर रागावणे, भांडणे करणे.
- या लक्षणांचा परिणाम मुलांच्या शैक्षणिक प्रगतीवर आणि सामाजिक विकासावर होऊ शकतो. पालकांनी ही लक्षणे गांभीर्याने घेऊन त्वरित मानसोपचार तज्ज्ञ किंवा बालरोगतज्ज्ञांचा सल्ला घ्यावा.

14–17 वर्षे (किशोरवयीन)

किशोरवय हा जीवनातील अतिशय संवेदनशील टप्पा आहे, जिथे हार्मोनल बदल, सामाजिक दबाव आणि शैक्षणिक तणाव यांचा परिणाम मुलांच्या मानसिक आरोग्यावर होतो. या वयोगटात चिंता आणि नैराश्याची लक्षणे अधिक स्पष्ट आणि गंभीर स्वरूपात दिसू शकतात. यामध्ये वरील लक्षणांबरोबरच खालील लक्षणे आढळतात.

- **संवाद साधण्याची अकार्यक्षमता :** पालकांशी किंवा मित्रांशी मोकळेपणाने बोलण्यास टाळाटाळ.
- **मोबाईल आणि इंटरनेटचा अतिवापर :** सोशल मीडिया, गेमिंग किंवा इंटरनेटवर जास्त वेळ घालवणे.
- **बंडखोरपणा :** पालकांच्या किंवा शिक्षकांच्या सूचनांचे उलट बोलणे, नियमांचे पालन न करणे.
- **व्यसनाधीनता :** तंबाखू, दारू किंवा ड्रग्स यांसारख्या गोष्टींकडे आकर्षित होणे.

- **आक्रमकता :** रागाचा अतिरेक, भांडणे किंवा हिंसक वर्तन.
- या वयात किशोरवयीन मुले भावनिकदृष्ट्या अस्थिर असतात आणि त्यांना योग्य मार्गदर्शनाची गरज असते. जर ही लक्षणे दीर्घकाळ टिकली तर ती व्यसनाधीनता किंवा आत्महत्येच्या विचारांपर्यंत पोहोचू शकतात. पालकांनी मुलांशी संवाद वाढवावा आणि मानसोपचार तज्ज्ञांची मदत घ्यावी.

18–21 वर्षे (तरुण वय)

या वयोगटात तरुण पिढी करिअर, नातेसंबंध आणि स्वतःच्या भविष्याबाबत विचार करत असते. यावेळी चिंता आणि नैराश्याची लक्षणे अधिक जटिल स्वरूपात दिसू शकतात. कारण त्यांना स्वतःच्या आयुष्याची दिशा ठरवण्याचा दबाव असतो. या वयोगटातील काही प्रमुख लक्षणे खालीलप्रमाणे आहेत.

- करिअरबाबत गोंधळ : भविष्यात काय करायचे, याबाबत स्पष्टता नसणे.
- भरकटलेपणाची भावना : आयुष्य दिशाहीन वाटणे, प्रेरणेचा अभाव.
- निर्णयक्षमता कमी होणे : महत्त्वाच्या बाबींवर ठोस निर्णय घेण्यास असमर्थता.
- नैराश्य आणि अस्वस्थता : सतत उदास वाटणे, स्वतःबद्दल नकारात्मक विचार.
- या वयात तरुणांना सामाजिक दबाव, करिअरच्या संधी आणि स्वतःची ओळख निर्माण करण्याचे आव्हान असते. जर त्यांना योग्य मार्गदर्शन आणि पाठिंबा मिळाला नाही तर ते व्यसनाधीनता, लैंगिक शोषण, किंवा आत्महत्येच्या विचारांकडे वळू शकतात. पालकांनी आणि समाजाने त्यांना भावनिक आधार देणे अत्यंत महत्त्वाचे आहे.

कारणे आणि जोखीम घटक

चिंता आणि नैराश्याची अनेक कारणे असू शकतात, ज्यामध्ये जैविक, सामाजिक आणि पर्यावरणीय घटकांचा समावेश होतो. काही प्रमुख कारणे खालीलप्रमाणे आहेत.

जैविक : मेंदूतील रासायनिक असंतुलन (जसे की सेरोटोनिन किंवा डोपामाईनची कमतरता) चिंता आणि नैराश्याला कारणीभूत ठरू शकते. अनुवंशिकता देखील यात भूमिका बजावते; जर कुटुंबात मानसिक विकारांचा इतिहास असेल, तर जोखीम जास्त असते.

सामाजिक : शाळेतील तणाव, मित्रांमधील भेदभाव किंवा सामाजिक अपेक्षा यांमुळे मुले आणि तरुणांमध्ये चिंता वाढते. सोशल मीडियावर सतत तुलना करणे आणि परफेक्शनच्या मागे धावणे यांमुळेही नैराश्य वाढते.

कौटुंबिक : घरातील तणाव, पालकांचे भांडणे, अकार्यक्षम पालकत्व, किंवा भावनिक आधाराचा अभाव यांमुळे मुलांमध्ये मानसिक समस्या उदभवतात.

आघातजन्य अनुभव : लैंगिक शोषण, शारीरिक किंवा मानसिक हिंसा, किंवा जवळच्या व्यक्तीचा मृत्यू यांसारख्या घटना चिंता आणि नैराश्याला कारणीभूत ठरतात.

जीवनशैली : व्यसनाधीनता (दारू, ड्रग्स), अनियमित झोप आणि चुकीचा आहार यांमुळे मानसिक आरोग्यावर परिणाम होतो.

परिणाम

चिंता आणि नैराश्य यांचे परिणाम व्यक्तीच्या जीवनाच्या प्रत्येक पैलूवर होतात. मुलांमध्ये यामुळे शैक्षणिक प्रगती खालावते, सामाजिक संबंध कमकुवत होतात आणि आत्मविश्वास कमी होतो. किशोरवयीन मुलांमध्ये बंडखोरपणा, व्यसनाधीनता किंवा हिंसक वर्तन दिसू शकते. तरुणांमध्ये करिअर आणि नातेसंबंधांवर याचा विपरीत परिणाम होतो, आणि ते दिशाहीन जीवन जगू लागतात.

जर याकडे दुर्लक्ष केले, तर गंभीर परिणाम होऊ शकतात, जसे की आत्महत्येचे विचार, स्वतःला इजा करणे किंवा इतर मानसिक विकार (जसे की बायपोलर डिसऑर्डर किंवा OCD). याशिवाय, चिंता आणि नैराश्यामुळे शारीरिक आरोग्यावरही परिणाम होतो, जसे की उच्च रक्तदाब, पचनसंस्थेचे विकार आणि रोगप्रतिकारक शक्ती कमी होणे.

उपाय आणि पालकांची भूमिका

चिंता आणि नैराश्यावर उपचार शक्य आहेत, परंतु यासाठी वेळीच निदान आणि योग्य हस्तक्षेप आवश्यक आहे. पालकांनी आपल्या मुलांमधील लक्षणांना गांभीर्याने घेऊन त्वरित मानसोपचार तज्ज्ञ (Psychiatrist) किंवा समुपदेशक (Counselor) यांची मदत घ्यावी. खाली काही प्रमुख उपाय आणि पालकांची भूमिका याबाबत माहिती दिली आहे.

1. **वैद्यकीय उपचार :** मानसोपचार तज्ज्ञ चिंता आणि नैराश्याचे निदान करण्यासाठी मानसिक मूल्यांकन करतात. काही प्रकरणांमध्ये, औषधे (उदाः अँटी-डिप्रेसंट्स किंवा अँटी-अँक्झायटी ड्रग्स) दिली जाऊ शकतात. ही औषधे केवळ डॉक्टरांच्या सल्ल्याने आणि देखरेखीखाली घ्यावीत.
2. **समुपदेशन आणि थेरपी :** कॉग्निटिव्ह बिहेव्हियरल थेरपी (CBT), टॉकथेरपी किंवा फॅमिलीथेरपी यांसारख्या पद्धती चिंता आणि नैराश्यावर प्रभावी ठरतात. यांमुळे व्यक्तीला त्यांच्या भावना समजून घेण्यास आणि त्यांच्याशी सामना करण्यास मदत होते.
3. **जीवनशैलीत बदल :** नियमित व्यायाम, संतुलित आहार आणि पुरेशी झोप यांमुळे मानसिक आरोग्य सुधारते. ध्यान, योग आणि श्वासोच्छ्वासाचे व्यायाम (Breathing Exercises) चिंता कमी करण्यास मदत करतात.

4. **पालकांचा भावनिक आधार :** पालकांनी मुलांशी मोकळेपणाने संवाद साधावा आणि त्यांच्या भावनांना समजून घ्यावे. मुलांना त्यांच्या भावना व्यक्त करण्यासाठी सुरक्षित वातावरण द्यावे. पालकांनी मुलांवर टीका करण्याऐवजी किंवा दबाव टाकण्याऐवजी त्यांना प्रोत्साहन आणि पाठिंबा द्यावा.

5. **जोखीम घटकांपासून संरक्षण :** पालकांनी मुलांना व्यसनाधीनता, लैंगिक शोषण किंवा हिंसक वातावरणापासून वाचवावे. मुलांची मित्रमंडळी आणि त्यांच्या वर्तनावर लक्ष ठेवावे.

6. **शिक्षण आणि जागरूकता :** पालकांनी स्वतःला मानसिक आरोग्याबाबत शिक्षित करावे आणि मुलांना याबाबत माहिती द्यावी. शाळांमध्ये मानसिक आरोग्याबाबत कार्यशाळा आयोजित करणेही उपयुक्त ठरते.

महत्त्वाचे मुद्दे

- किशोरवयीन मुलांमध्ये ॲनिमिया, थायरॉईड, व्यसनाधीनता, लठ्ठपणा आणि मानसिक समस्या वाढत आहेत.
- या समस्यांचे मूळ कारण चुकीची जीवनशैली, अपूर्ण पोषण आणि सामाजिक दबाव आहे.
- समस्यांचे वेळीच निदान आणि योग्य उपचार हे आरोग्य सुधारण्यासाठी अत्यावश्यक आहेत.
- संतुलित आहार, नियमित व्यायाम आणि पालकांचे मार्गदर्शन यांचा सकारात्मक परिणाम होतो.
- शिक्षण आणि जनजागृतीमुळे निरोगी, सशक्त आणि सक्षम पिढी घडवणे शक्य आहे.

टीनएज प्रेगन्सी : एक गंभीर समस्या

मुले-मुली वयात येतात, तेव्हा म्हणजेच मुलींमध्ये मासिक पाळीची सुरुवात होते. (मेनारकी) किंवा मुलांमध्ये शुक्राणू तयार होतात, त्यावेळी त्यांचे मन अस्थिर असते.हार्मोन्स किंवा संप्रेरक कार्यरत होतात आणि विरुद्धसेक्सबद्दलशारीरिक ओढ होणे साहजिक आहे. यामुळे मुला-मुलींमध्ये प्रेम आणि त्यातून शारीरिक संबंध यासारख्या गोष्टी अकाली घडू शकतात.मुलांना याची जाणीव नसते, की यातून सेक्शुअली ट्रान्स्मीटेड आजार, तसेच गर्भधारणा देखील होऊ शकते.

मासिकपाळीची अनियमितता ही एचपीओ अक्ष मॅच्युअर होण्याआधी 13ते15 या वयात नॉर्मल असते. थायरॉईड ग्रंथीच्या हार्मोनल, असंतुलनामुळे देखील मुलींची पाळी अनियमित होतेआणि मग गरोदरपण या समस्येबद्दलमुलींना किंवा त्यांच्या पालकांना शंकाही येत नाही. गर्भारपण चौथ्या महिन्यात पोहोचल्यावर शारीरिकबदल दिसून येऊ लागतात. टीनएजर म्हणजे आपली ही मुलं अगदी गडबडून जातात.अशी वेळ त्यांच्यावर येऊ नयेम्हणूनआपले पालक या नात्याने 'टीएएज या वयात सेक्स आणि त्याचे धोके' यावर स्पष्ट संवाद होणे आवश्यक आहे.

मुले–मुली आपल्या ध्येयापासून, करिअरपासून अगदी लांब जाऊन अयशस्वी होऊ शकतात. त्यामुळे टीनएज आणिशारीरिकओढ, यांपासून असलेल्या धोक्याचे, परिणामांचे त्यांना आकलन करून देणे हे महत्त्वाचे आहे. यात पालक व शिक्षक यांचे योगदान अत्यंत महत्त्वाचे आहे.

यानंतरही टीनएज प्रेग्नंसी किंवा STD चे संकट कोसळल्यास आपल्या पाल्यांसाठी योग्य वैद्यकीय सल्ला घेणे, तसेच गायनॅकॉलॉजिस्टच्या मार्गदर्शनाखाली ताबडतोब उपचार घेणे आवश्यक आहे. सेफ ॲबॉर्शन ही उपचार पद्धत स्त्रीरोगतज्ज्ञांकडून घ्यावी लागेल. HIV, हिपॅटायटीस, HPV यांसारख्या आजारांचा धोका हा मल्टीपल सेक्शुअल पार्टनरमुळे वाढतो.त्याचबरोबर गर्भाशयाच्या मुखाचा कॅन्सर होण्याची शक्यता वाढते.

कायद्यामध्येही POCSO कायदा ही तरतूद आहे. ज्यामुळे 18 वर्षेवयाखालील मुलांना टीनएज प्रेग्नंसी राहिल्यास मोठी शिक्षा होऊ शकते.

जर मुलीचे लग्न १८ वर्षे वयाच्या आधी असेल व ती गरोदर असेल तर मुलीला सुधारगृहात पाठविले जाते, पालकांविरुध्द (एम एल सी) पोलिस स्टेशनमध्ये गुन्हा दाखल होतो, मुलाला तुरुंगवास अशी POCSO कायद्यामुळे शिक्षेची तरतुद आहे.

तरी प्रत्येकाने पालक म्हणून सामाजिक भान ठेऊया व बालविवाह थांबवू या.

किशोरवयीन मुलांचा मेंदू विकास, वर्तन आणि पालकांच्या भूमिका

किशोरवय म्हणजे बदलाचा काळ. शारीरिक, मानसिक, भावनिक आणि सामाजिक पातळीवर मोठे बदल या काळात घडतात. या काळात वर्तनाचा अचानक बदल, आत्मकेंद्रीपणा, भावनिक प्रतिक्रिया, राग किंवा गोंधळलेल्या भावना दिसून येतात. हे केवळ शिस्त किंवा स्वभावाचा प्रश्न नसून मेंदूच्या विकासाशी थेट संबंधित आहे.

मेंदूचे अनेक भाग वेगवेगळ्या कार्यांसाठी जबाबदार असतात. किशोरवयात त्यातील अमिगडाला (Amygdala) आणि प्रीफ्रंटल कॉर्टेक्स (Prefrontal Cortex) या दोन भागांचे विशेष महत्त्व आहे.

1. अमिगडाला (Amygdala):

- अमिगडाला हा मेंदूचा एक लहान; पण महत्त्वाचा भाग आहे, जो भावनांच्या प्रकटीकरणासाठी जबाबदार असतो.
- हा भाग विशेषतः भीती, राग, आनंद, आक्रमकता यांसारख्या भावना निर्माण करतो.

दिपाली हेमंत जानुगडे

किशोरवयात अमिगडालाची भूमिका :

- अमिगडाला लवकर विकसित होतो. त्यामुळे किशोरवयीन मुलांच्या भावना तीव्र व तात्काळ असतात.
- एखाद्या घटनेवर ते लगेच आणि तीव्र प्रतिक्रिया देतात (उदा. रागावणे, रडणे, दरवाजे आपटणे).
- त्यांनी केलेली कृती ही त्यांच्या भावनांवर आधारित असते, विचारांवर नाही.

अमिगडाला–संचलित वर्तन:

- लाज, घाबरणं, अतिराग, कधी कधी आक्रमकता
- समाजापासून दूर जाण्याची प्रवृत्ती
- समवयस्कांच्या मताला अधिक महत्त्व देणे
- भीती किंवा अपमानाची भावना अधिक तीव्रतेने जाणवणे

2. प्रीफ्रंटल कॉर्टेक्स (Prefrontal Cortex):

- मेंदूचा हा भाग कपाळामागे (forehead मागे) असतो.
- हाच भाग विचार, तर्क, नियोजन, निर्णय घेणे, समस्या सोडवणे आणि संयम ठेवणे यासाठी कार्यरत असतो.

किशोरवयात प्रीफ्रंटल कॉर्टेक्सचा विकास :

- हा भाग किशोरावस्थेत विकसित होत नाही.
- याचे पूर्ण परिपक्व होणे 20 ते 25 व्या वर्षात घडते.
- त्यामुळे किशोरवयीन व्यक्ती अनेकदा :
    - परिणाम न पाहता निर्णय घेतात
    - इतरांच्या भावना समजून घेत नाहीत

- धोकादायक कृती करतात (उदा. धाडसी वाहन चालवणे, व्यसनांकडे वळणे)
- आत्मपरीक्षणाची किंवा संयमाची क्षमता कमी असते

अमिगडाला आणि प्रीफ्रंटल कॉर्टेक्स यांचं नातं:

- या दोन्ही भागांमध्ये योग्य समन्वय असणे गरजेचे असते.
- पण किशोरवयात अमिगडाला जास्त सक्रिय आणि प्रीफ्रंटल कॉर्टेक्स अपूर्ण असल्याने...
    - भावना > विचार
    - प्रतिक्रिया > प्रतिबिंब
    - तात्काळ निर्णय > विचारपूर्वक कृती

वयानुसार विकासाचे टप्पे

वय 13 ते 17 वर्षे ***भावनात्मक ऊर्जा आणि ओळख शोधाचा प्रारंभ***

- या वयोगटातील किशोरवयीन मुलांमध्ये ऊर्जा आणि भावना अत्यंत तीव्रतेने व्यक्त होतात. अमिगडाला हा मेंदूचा भाग अधिक सक्रिय झाल्यामुळे राग, आनंद, दुःख यांसारख्या भावना सहजपणे आणि अधिक तीव्रतेने व्यक्त होतात.
- या काळात मुलांमध्ये नवीन सामाजिक आकर्षण, विशेषतः समवयस्कांशी मैत्री, आकर्षण आणि सामाजिक ओळख निर्माण होण्याची तीव्र गरज दिसून येते. अनेक मुलं पूर्वीच्या बालमित्रांपासून दूर जाऊन नव्या मित्रमंडळाकडे आकर्षित होतात.
- या वयात स्वतःची ओळख शोधण्याची प्रक्रिया सुरू होते. “मी कोण आहे?”, “माझं वेगळेपण काय आहे?”, “लोक मला कसे पाहतात?” असे अनेक प्रश्न त्यांच्या मनात येतात.

- विचार करण्याची क्षमता (critical thinking) विकसित होऊ लागते. परंतु तरीही अनेकदा निर्णय घेण्यात अडचणी येतात. कारण प्रीफ्रंटल कॉर्टेक्स अजून पूर्ण विकसित झालेला नसतो.

वय 18 ते 25 वर्षे

- या वयोगटात शारीरिक वाढ पूर्ण होते. शरीर स्थिर होतं; पण मेंदूचा प्रीफ्रंटल कॉर्टेक्स अजूनही विकसित होत असतो. त्यामुळे तार्किक विचार, निर्णयक्षमता आणि दूरदृष्टी यांमध्ये हळूहळू स्थिरता येऊ लागते.
- या टप्प्यात व्यक्ती आत्ममूल्य (Self-worth) आणि स्वतःबद्दलचा दृष्टिकोन तयार करू लागते. आयुष्याकडे पाहण्याचा दृष्टिकोन स्थिर होत जातो आणि त्यांच्या मूल्यव्यवस्थेची जाणीव विकसित होते.
- सामाजिक आणि भावनिक नातेसंबंध अधिक खोल आणि परिपक्व होतात. मैत्री, करिअरची निवड, जबाबदाऱ्या स्वीकारणं यासारख्या महत्त्वाच्या बाबींचा सामना या काळात केला जातो.
- कधी कधी या काळात दबाव, संभ्रम, आत्मसंशय किंवा असुरक्षिततेची भावना जाणवू शकते. त्यामुळे योग्य मार्गदर्शन आणि मानसिक आधार याची अत्यंत गरज असते.

वर्तनामागची कारणं : "काय" ऐवजी "का?"

- किशोरवयात मुलांच्या वर्तनाकडे केवळ "काय चुकीचं केलं?" असं न पाहता, *"या वर्तनामागे काय भावना आहेत?"* हे समजून घेणं गरजेचं आहे.
- उदाहरण : जर एखादं मूल दरवाजा आपटून बंद करत असेल तर त्यामागील भावना समजून घ्या.
- "त्याला एखादी निराशा किंवा असमर्थतेची भावना जाणवत असावी."

- त्याऐवजी विचार करा : “तू ते असं का केलं?” ऐवजी, “तू काय अनुभवत होतास?”

भावनिक सुरक्षितता असणारे पालकत्व

- भावनिकदृष्ट्या सुरक्षित पालकत्व म्हणजे काय?
- कठोरतेऐवजी समज
- रागाऐवजी संवाद
- शिस्तीतही सहानुभूती
- वर्तनाऐवजी भावना समजून घेणं

संवादाची काही उदाहरणे :

✖ “मी सांगितलं होतं ना, ऐकत नाहीस!”

✔ “तुला राग आला होता का? बोलून घेऊया.”

✖ “असं वागायचं नाही!”

✔ “तुला काय वाटतंय ते सांग, पण असं मारणं योग्य नाही.”

पालकांची भूमिका आणि जबाबदारी

- पालकांनी काय लक्षात घ्यावं?
- आपल्या प्रतिक्रिया मुलांच्या वर्तनावर मोठा परिणाम करतात.
- स्वतःच्या भावना समजून घेऊन मुलांशी संवाद साधावा.
- त्यांनी राग, गोंधळ व्यक्त केला तर त्यामागची गरज समजून घ्यावी.
- निर्णयाच्या क्षमतेत परिपक्वता नसते हे लक्षात ठेवून संयम राखावा.

भविष्यकालीन परिणाम

- जे पालक संयमित, सहानुभूतीपूर्वक, संवादाधारित पद्धतीने संवाद साधतात, त्यांच्या मुलांमध्ये :
- निर्णयक्षमता चांगली विकसित होते
- आत्मविश्वास निर्माण होतो

- संबंध अधिक सुदृढ होतात
- समाजात जबाबदार नागरिक म्हणून ते घडतात

किशोरवयीन वर्तन हा केवळ अनुशासनाचा विषय नाही. तो त्यांच्या मेंदू विकासाचा भाग आहे. पालकांनी व शिक्षकांनी याकडे सहानुभूतीने पाहिलं, तर ही मुले निर्णयक्षम, संयमी आणि सुसंवादी प्रौढ बनतील. *"कठोर पालक नव्हे, समजूतदार पालक व्हा!"* हेच यशस्वी पालकत्वाचं गमक आहे.

जंक फूड आणि त्याचे दुष्परिणाम

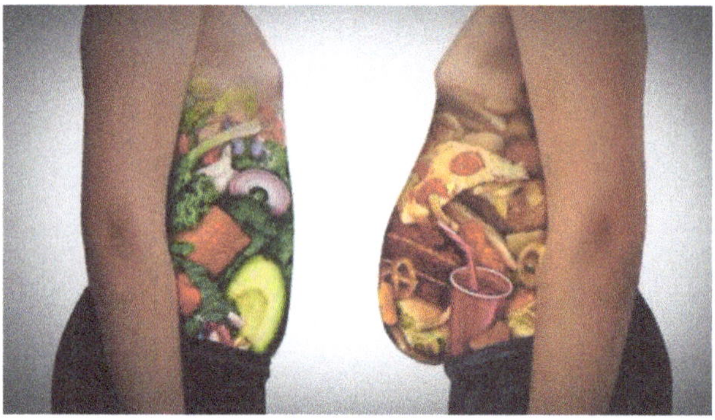

जंक फूड हे असे खाद्यपदार्थ आहेत, ज्यात कॅलरी, साखर, मीठ, सॅच्युरेटेड आणि ट्रान्स फॅटचे प्रमाण जास्त असते; परंतु व्हिटॅमिन, मिनरल्स आणि फायबरसारखी पोषक तत्त्वे नसतात किंवा अत्यंत कमी असतात. हे पदार्थ चवदार, रुचकर आणि सहज उपलब्ध असतात, ज्यामुळे लोक त्यांच्याकडे आकर्षित होतात. परंतु, जंक फूड हे "ऑप्शनल फूड" आहे, म्हणजेच ते आरोग्यासाठी आवश्यक नसते आणि पूर्णपणे टाळता येऊ शकते. बिस्किटे, चॉकलेट, साखरयुक्त पेये, बर्गर, पिझ्झा, चिप्स, तळलेले पदार्थ आणि प्रोसेस्ड फूड (जसे की इन्स्टंट नूडल्स) ही जंक फूडची सामान्य उदाहरणे आहेत. हे पदार्थ तात्कालिक समाधान देतात, परंतु दीर्घकालीन आरोग्यासाठी हानिकारक ठरतात.

स्थूलपणा (लठ्ठपणा)

जंक फूडमध्ये उच्च कॅलरी आणि कमी फायबर असतात, ज्यामुळे शरीरात अतिरिक्त चरबी जमा होते. या पदार्थांचे नियमित सेवन केल्यास वजन झपाट्याने वाढते, ज्यामुळे स्थूलपणा किंवा लठ्ठपणाची समस्या निर्माण होते. फायबरच्या कमतरतेमुळे भूक लवकर लागते, परिणामी व्यक्ती जास्त खाते आणि कॅलरीचे प्रमाण आणखी वाढते. लठ्ठपणामुळे जोडरोग, श्वसनाच्या समस्या आणि कमी आत्मविश्वास यांसारख्या इतर समस्याही उदभवतात. विशेषतः मुलांमध्ये लहान वयातच लठ्ठपणाची समस्या वाढत आहे, ज्यामुळे त्यांचे भविष्यातील आरोग्य धोक्यात येते.

हृदयविकार

जंक फूडमधील सॅच्युरेटेड आणि ट्रान्स फॅट रक्तवाहिन्यांमध्ये कोलेस्टरॉल जमा करतात, ज्यामुळे रक्तवाहिन्या अरुंद होतात किंवा ब्लॉक होतात. याला "कोरोनरी हार्ट डिसीज" असे म्हणतात, ज्यामुळे हृदयविकाराचा झटका येण्याचा धोका वाढतो. याशिवाय, जंक फूडमधील जास्त सोडियम (मीठ) रक्तदाब वाढवते, ज्यामुळे हृदयावर अतिरिक्त ताण येतो. दीर्घकाळ अशा पदार्थांचे सेवन केल्यास हृदयाचे कार्य मंदावते आणि हृदयाशी संबंधित गंभीर आजारांचा धोका वाढतो.

मधुमेह (डायबेटीस)

जंक फूडमधील अतिरिक्त साखर आणि कमी फायबर रक्तातील साखरेचे प्रमाण असंतुलित करतात. साखरेच्या अचानक वाढीमुळे (शुगर स्पाईक्स) इन्सुलिन रेझिस्टन्स वाढतो, ज्यामुळे टाइप-2 मधुमेहाचा धोका वाढतो. जंक फूडचे नियमित सेवन केल्यास शरीरातील इन्सुलिन संवेदनशीलता कमी होते, ज्यामुळे रक्तातील साखर नियंत्रित करणे कठीण होते. मधुमेहामुळे डोळ्यांचे विकार, मूत्रपिंडाचे आजार

आणि मज्जासंस्थेच्या समस्या उदभवू शकतात, ज्यामुळे जीवनमानावर गंभीर परिणाम होतो.

पचनसंस्थेच्या समस्या

जंक फूडमध्ये फायबरचे प्रमाण अत्यंत कमी असते, ज्यामुळे पचनशक्ती मंदावते आणि बद्धकोष्ठता, अपचन यासारख्या समस्या उदभवतात. प्रोसेस्ड पदार्थांमधील कृत्रिम घटक आणि रसायने आतड्यांचे आरोग्य बिघडवतात, ज्यामुळे आतड्यांशी संबंधित आजारांचा धोका वाढतो. कमी फायबरमुळे अन्न पचनप्रक्रियेतून हळूहळू जाते, ज्यामुळे पोट फुगणे, गॅस आणि इतर अस्वस्थता निर्माण होते. दीर्घकाळ अशा आहारामुळे आतड्यांचे सूक्ष्मजीव (गट मायक्रोबायोम) असंतुलित होतात.

कर्करोग

जंक फूडमधील कृत्रिम रंग, प्रिझर्व्हेटिव्ह आणि प्रोसेस्ड घटक कर्करोगाचा धोका वाढवतात. विशेषतः कोलन, यकृत आणि पोटाच्या कर्करोगाशी जंक फूडचा थेट संबंध आहे. ट्रान्स फॅट आणि जास्त साखर यांचे नियमित सेवन शरीरात दाह (इन्फ्लमेशन) वाढवते, जी कर्करोगाच्या पेशींच्या वाढीस कारणीभूत ठरते. याशिवाय, जंक फूडमुळे स्थूलपणा वाढतो, जो कर्करोगाच्या जोखमीचे एक प्रमुख कारण आहे. प्रोसेस्ड मांस, तळलेले पदार्थ आणि साखरयुक्त पेये यांचा अतिसेवन विशेषतः हानिकारक आहे.

मानसिक आरोग्य

जंक फूडमधील जास्त साखर आणि प्रोसेस्ड कार्बोहायड्रेट्स मेंदूच्या कार्यावर परिणाम करतात, ज्यामुळे मूड स्विंग्स, चिडचिडेपणा आणि थकवा येतो. पोषक तत्त्वांच्या कमतरतेमुळे (विशेषतः ओमेगा-3 फॅटी ॲसिड, व्हिटॅमिन बी) मेंदूचे आरोग्य बिघडते, ज्यामुळे नैराश्य (डिप्रेशन) आणि तणाव वाढतो. साखरेच्या

अचानक वाढीमुळे आणि घसरणीमुळे (शुगर क्रॅश) ऊर्जा कमी होते आणि एकाग्रता भंग होते. मुलांमध्ये, जंक फूडमुळे हायपरॲक्टिव्हिटी आणि लक्ष केंद्रित करण्यात अडचणी येऊ शकतात.

जंक फूडचे सामाजिक आणि सांस्कृतिक प्रभाव

जंक फूडची वाढती लोकप्रियता ही आधुनिक जीवनशैली आणि फास्ट फूड संस्कृतीचा परिणाम आहे. व्यस्त दिनचर्या आणि सहज उपलब्धता यामुळे लोक घरगुती पौष्टिक आहारापासून दूर जात आहेत. जंक फूडच्या आकर्षक जाहिराती, रंगीत पॅकेजिंग आणि स्वस्त किंमती यामुळे विशेषतः मुले आणि तरुण त्याकडे आकर्षित होतात. यामुळे लहान वयातच आरोग्याच्या समस्या उदभवतात, जसे की लठ्ठपणा आणि मधुमेह. याशिवाय जंक फूडच्या अतिसेवनामुळे समाजातील आरोग्य खर्च वाढतो, कारण दीर्घकालीन आजारांवर उपचारासाठी मोठ्या प्रमाणात संसाधने लागतात.

जंक फूड टाळण्याचे उपाय

संतुलित आहार

संतुलित आहार हा जंक फूडवर सर्वोत्तम पर्याय आहे. ताज्या फळांचा, भाज्या, संपूर्ण धान्ये, कडधान्ये, नट्स आणि प्रथिनयुक्त पदार्थांचा (जसे की डाळी, अंडी, मासे) आहारात समावेश करावा. फायबरयुक्त अन्न (जसे की ओट्स, सलाड) पचनशक्ती सुधारते आणि भूक नियंत्रित करते. साखर आणि तेलाचे प्रमाण कमी असलेले पदार्थ निवडावेत. उदाहरणार्थ, साखरयुक्त पेयांऐवजी नारळ पाणी किंवा ताक प्यावे.

घरगुती स्वयंपाक

घरगुती जेवण हा जंक फूड टाळण्याचा सर्वांत प्रभावी मार्ग आहे. घरी बनवलेल्या जेवणात तेल, साखर आणि मीठ यांचे प्रमाण नियंत्रित करता येते. ताज्या

आणि स्थानिक पदार्थांचा वापर करून पौष्टिक आणि चवदार जेवण बनवता येते. उदाहरणार्थ, तळलेल्या वड्यांऐवजी बेक केलेले स्नॅक्स किंवा सूप बनवता येईल. यांमुळे आरोग्य सुधारते आणि प्रोसेस्ड पदार्थांवरील अवलंबित्व कमी होते.

जागरूकता

जंक फूड खरेदी करताना त्याच्या पॅकेजिंगवरील पोषणमूल्य लेबल (nutrition label) तपासावे. साखर, सोडियम आणि ट्रान्स फॅट यांचे प्रमाण जास्त असलेले पदार्थ टाळावेत. जाहिरातींच्या प्रभावापासून सावध राहावे. कारण त्या आकर्षक पद्धतीने जंक फूडचे मार्केटिंग करतात. शाळा आणि समुदायांमध्ये पोषणविषयक शिक्षण कार्यक्रम राबवल्यास जागरूकता वाढेल आणि लोक निरोगी निवडी करतील.

पाण्याचे सेवन

साखरयुक्त पेये (जसे की सोडा, कोल्ड्रिंक्स) टाळून पाण्याचे सेवन वाढवावे. पाणी शरीराला हायड्रेट ठेवते आणि भूक नियंत्रित करते. याशिवाय, नारळ पाणी, ताक किंवा नैसर्गिक फळांचा रस यासारखे पर्याय निवडावेत. साखरयुक्त पेयांमुळे कॅलरी वाढतात आणि दातांचे आरोग्यही बिघडते. त्यामुळे त्यांचा वापर मर्यादित करावा.

नियंत्रित सेवन

जंक फूड पूर्णपणे टाळणे कठीण असल्यास त्याचे प्रमाण मर्यादित ठेवावे. उदाहरणार्थ, आठवड्यातून एकदा किंवा विशेष प्रसंगी जंक फूड खाणे ठीक आहे, परंतु त्याला रोजच्या आहाराचा भाग बनवू नये. नियंत्रित सेवनामुळे आरोग्यावर होणारे दुष्परिणाम कमी होतात आणि व्यक्तीला तात्कालिक चवही मिळते.

व्यायाम

नियमित व्यायाम हा जंक फूडच्या दुष्परिणामांना कमी करण्याचा प्रभावी मार्ग आहे. चालणे, धावणे, योग किंवा जीममधील व्यायामाने कॅलरी बर्न होतात आणि

वजन नियंत्रित राहते. याशिवाय व्यायामामुळे हृदयाचे आरोग्य सुधारते, तणाव कमी होतो आणि मानसिक स्वास्थ्य वाढते. दररोज किमान 30 मिनिटे शारीरिक हालचाल करावी.

जंक फूडविरुद्ध सामाजिक उपाय

जंक फूडचा प्रभाव कमी करण्यासाठी सामाजिक आणि सरकारी पातळीवर प्रयत्न करणे गरजेचे आहे. शाळांमध्ये पोषणविषयक शिक्षण राबवावे, जेणेकरून मुले लहानपणापासूनच निरोगी आहाराची सवय लावतील. जंक फूडच्या जाहिरातींवर निर्बंध घालावेत आणि प्रोसेस्ड पदार्थांवर कर (sugar tax) लावावा, ज्यामुळे त्यांचा वापर कमी होईल. याशिवाय, पौष्टिक आणि स्वस्त खाद्यपदार्थांचा पुरवठा वाढवावा, जेणेकरून सर्वांना निरोगी पर्याय उपलब्ध होतील.

महत्वाचे मुद्दे

- जंक फूड तात्पुरती चव देत असले तरी दीर्घकालीन आरोग्यावर घातक परिणाम करते.
- अतिसेवनामुळे स्थूलपणा, हृदयविकार, मधुमेह आणि मानसिक आजारांची शक्यता वाढते.
- संतुलित आहार आणि घरगुती जेवण हे निरोगी जीवनशैलीचे मुख्य आधार आहेत.
- नियमित व्यायाम आणि आहाराविषयी जागरूकता आवश्यक आहे.
- समाज, सरकार आणि व्यक्ती यांनी मिळून जंक फूडविरोधात ठोस उपाययोजना करणे गरजेचे आहे.

POCSO कायदा : बालकांच्या लैंगिक शोषणाविरुद्धचा कठोर संरक्षणात्मक कायदा

POCSO म्हणजे "Protection of Children from Sexual Offences Act", ज्याचा अर्थ आहे "बालकांवरील लैंगिक अत्याचारांपासून संरक्षण देणारा कायदा". भारतात 2012 साली हा कायदा लागू करण्यात आला. या कायद्याचा उद्देश म्हणजे 18 वर्षांखालील मुला-मुलींना कोणत्याही प्रकारच्या लैंगिक अत्याचारांपासून संरक्षण देणे, अशा गुन्ह्यांना अटकाव घालणे आणि पीडित मुलांना न्याय मिळवून देणे.

या कायद्यात लैंगिक अत्याचार, अश्लील स्पर्श, बाल लैंगिक पोर्नोग्राफी, लैंगिक छळ, मुलांचा मानसिक छळ इत्यादी प्रकार स्पष्टपणे निर्दिष्ट केले गेले आहेत. विशेष म्हणजे, या कायद्यातील तरतुदींनुसार, पीडित बालकाचा जबाब रेकॉर्ड करताना त्याला मानसिक त्रास होणार नाही, याची काळजी घेतली जाते. चौकशीची प्रक्रिया मुलांसाठी सुरक्षित, संवेदनशील आणि समंजस पद्धतीने पार पडावी यासाठी विशेष मार्गदर्शक तत्त्वे देखील दिलेली आहेत.

POCSO कायद्यानुसार जर 12 वर्षांखालील मुलांवर लैंगिक अत्याचार झाला, तर त्या गुन्ह्यासाठी फाशीची शिक्षा होऊ शकते. यामध्ये कोणताही वेळ न दवडता कठोर शिक्षेची तरतूद करण्यात आली आहे, कारण लहान वयातील मुलांवर होणारा लैंगिक अत्याचार हा फारच गंभीर गुन्हा मानला जातो.

जर 16 वर्षांखालील मुलांवर लैंगिक अत्याचार झाला, तर गुन्हेगारास किमान 10 वर्षांपासून 20 वर्षांपर्यंतची शिक्षा होऊ शकते. काही प्रकरणांमध्ये परिस्थितीची तीव्रता आणि गुन्ह्याचे स्वरूप पाहून न्यायालय जन्मठेप किंवा मृत्युदंड देखील सुनावू शकते.

सामान्य बाल लैंगिक अत्याचार, जसे की अश्लील स्पर्श, चित्र दाखवणे, बालकाची परवानगी न घेता त्याच्या शरीराबद्दल बोलणे किंवा त्याला मानसिक त्रास देणारी लैंगिक कृती करणे, अशा गुन्ह्यांसाठी 20 वर्षांपर्यंतची शिक्षा होऊ शकते. या प्रकारात बहुतेक वेळा ओळखीच्या व्यक्ती, शिक्षक, नातेवाईक किंवा शेजारी असलेले लोक सहभागी असतात.

बाल पोर्नोग्राफी म्हणजे मुलांची अश्लील चित्रं, व्हिडिओ किंवा अशा प्रकारच्या मजकुराचं उत्पादन करणं, त्याचा प्रसार करणं किंवा वापरणं हा देखील गंभीर गुन्हा असून यासाठी किमान 10 वर्षांपर्यंतची शिक्षा होऊ शकते.

या कायद्याची सर्वांत महत्त्वाची बाब म्हणजे, मुलांचं संरक्षण करताना त्यांचं मानसिक आणि शारीरिक आरोग्य सुरक्षित राहावं यासाठी विशेष तरतुदी आहेत. उदाहरणार्थ, पोलिसांना मुलांची चौकशी करताना त्यांच्या पालकांच्या उपस्थितीत, त्यांना त्रास होणार नाही अशा वातावरणात ती पार पाडावी लागते. मुलांच्या जबाबाची व्हिडिओ रेकॉर्डिंग केली जाते आणि त्यांची ओळख गोपनीय ठेवली जाते.

POCSO कायदा लैंगिक अत्याचार करणाऱ्या गुन्हेगारांवर कठोर कारवाई करण्यासाठी तयार करण्यात आला आहे. यामुळे समाजात लैंगिक शोषणाविरुद्ध

एक मजबूत संदेश दिला जातो आणि पालक, शिक्षक, तसेच सर्वसामान्य लोकांमध्ये जागरूकता वाढते. हा कायदा फक्त शिक्षा देण्यासाठी नसून, बालकांचे हक्क, सुरक्षितता आणि सन्मान यांचे संरक्षण करण्यासाठी एक महत्त्वपूर्ण साधन ठरतो.

महत्त्वाचे मुद्दे

- POCSO कायदा हा 18 वर्षांखालील मुलांना लैंगिक अत्याचारांपासून संरक्षण देण्यासाठी 2012 साली भारतात लागू करण्यात आला.
- या कायद्यानुसार गंभीर गुन्ह्यांसाठी फाशीपासून 20 वर्षांपर्यंत कठोर शिक्षा दिली जाऊ शकते आणि चौकशी प्रक्रियेत मुलांचे मानसिक आरोग्य सुरक्षित ठेवण्यावर आणि गोपनीयतेवर भर दिला आहे.
- बाल पोर्नोग्राफी, अश्लील स्पर्श, मानसिक छळ यांसारख्या प्रकारांवर कठोर शिक्षा असून, समाजात लैंगिक शोषणाविरुद्ध जागरूकता वाढवण्याचे काम हा कायदा करतो.

पालकांच्या मार्गदर्शनाचे महत्त्व

किशोरवय हा लहानपणातून प्रौढत्वाकडे जाण्याचा संक्रमण काळ असतो. शारीरिक, मानसिक आणि सामाजिक बदलांच्या या टप्प्यावर पालकांचं प्रेमळ आणि समजूतदार मार्गदर्शन किशोरांसाठी दिशादर्शक ठरतं. त्यांच्या भावना समजून घेतल्यास संवाद खुला राहतो आणि ते चुकीच्या निर्णयांपासून दूर राहू शकतात.

1. **तुमच्या मुलाला लस मिळवून देण्याची खात्री करा**

   लसीकरण केवळ लहानपणीच नाही तर किशोरवयातही आवश्यक आहे. या वयात काही विशेष लसी दिल्यास भविष्यातील गंभीर आजारांपासून

संरक्षण मिळते. उदा. HPV (गर्भाशय मुखाच्या कर्करोगापासून बचाव), टेटनस, डिप्थेरिया, मेंनिन्जायटिस वगैरे. पालकांनी डॉक्टरांशी बोलून लसींची यादी घेऊन मुलाचे वेळेवर लसीकरण करावे. लसी हे आजार रोखण्याचे अत्यंत प्रभावी आणि सुरक्षित माध्यम आहे.

2. **संकोच आणि गैरसमज दूर करणे**

किशोरवयात शारीरिक व मानसिक बदल होतात, ज्यामुळे अनेकदा संकोच, गोंधळ आणि गैरसमज मनात तयार होतात. योग्य माहिती न मिळाल्याने ते चुकीच्या मार्गाला लागू शकतात. पालकांनी खुला संवाद साधून त्यांच्या प्रश्नांची योग्य उत्तरे द्यावीत. त्यांना समजावून सांगावे, की शरीरातील बदल हे नैसर्गिक असून त्यात लाज किंवा भीती बाळगण्यासारखे काही नाही. गैरसमज दूर केल्याने किशोर आत्मविश्वासाने वाढतात.

3. **किशोरांसाठी एक निरोगी वातावरण तयार करणे**

किशोरवयीन मुलांच्या सर्वांगीण विकासासाठी त्यांना घरात प्रेमळ, सुरक्षित आणि स्वीकारणारे वातावरण मिळणे अत्यंत आवश्यक आहे. घरात वाद, दडपण किंवा अतिशय कठोर नियंत्रण असेल तर किशोर नैराश्य, अस्वस्थता आणि बंडखोरीकडे वळू शकतात. त्यांच्या मतांना महत्त्व द्या, त्यांच्या भावनांचा आदर करा आणि संवादासाठी मोकळं वातावरण ठेवा.

4. **तुमच्या किशोराशी खुला संवाद साधणे**

संवाद ही कोणत्याही नात्याची किल्ली असते. किशोरांशी संवाद साधताना ऐकण्याची तयारी ठेवा. त्यांचे विचार नाकारण्याऐवजी समजून घेण्याचा प्रयत्न करा. तुम्ही त्यांचा सल्लागार आहात हे त्यांना समजले पाहिजे, केवळ आज्ञा देणारे पालक नव्हे. प्रश्न विचारल्यावर त्यांना दोष न देता

त्यावर शांतपणे चर्चा करा. विश्वासाचे नाते निर्माण होण्यासाठी संवाद महत्त्वाचा आहे.

5. **निरोगी सवयींना प्रोत्साहन देणे आणि नियमित तपासणी करणे**

योग्य आहार, पुरेशी झोप, व्यायाम आणि स्क्रीन टाईमवर नियंत्रण या गोष्टी किशोरवयात अंगवळणी पडल्या पाहिजेत. पालकांनी स्वतः हे आचरणात आणून उदाहरण देणे महत्त्वाचे आहे. यासोबतच नियमित आरोग्य तपासणी केल्याने लवकर लक्षणे लक्षात येतात व उपचार वेळेत होतो. किशोरांना आरोग्यविषयी जागरूक करणे, ही पालकांची एक मूलभूत जबाबदारी आहे.

6. **विश्वास आणि मानसिक आधार निर्माण करणे**

किशोरांना अशा व्यक्तीची गरज असते, ज्याच्यावर ते संपूर्ण विश्वास ठेवू शकतात. हा विश्वास पालकांनी जपला पाहिजे. ते भावनिकदृष्ट्या अस्थिर असतील, तणावाखाली असतील किंवा एखाद्या गोष्टीमुळे घाबरलेले असतील, तेव्हा त्यांना भावनिक आधार द्या. “मी तुझ्यासोबत आहे” हे त्यांना जाणवले पाहिजे. मानसिक आरोग्य टिकवण्यासाठी हा विश्वासाचा धागा फार महत्त्वाचा असतो.

7. **वैद्यकीय सल्ला घेणे**

किशोरवयीन आरोग्याच्या बाबतीत कोणतीही समस्या दीर्घकाळ दुर्लक्षित करू नये. आहारातील बदल, मूड स्विंग्स, झोपेचे बदल, त्वचाविकार, वजनात अचानक वाढ/कमी होणे या लक्षणांकडे गांभीर्याने पाहावे. डॉक्टरांचा सल्ला घेऊन त्वरित निदान व योग्य उपचार करावेत.

8. **चेतावणीच्या चिन्हांची आणि लक्षणांची ओळख**

काही वेळा किशोर एखाद्या मानसिक किंवा शारीरिक आजाराचा सामना करत असतात; पण ते आपल्या घरातल्यांना सांगत नाहीत.

त्यामुळे पालकांनी चेतावणीच्या लक्षणांकडे लक्ष ठेवावे. उदाहरणार्थ अचानक शांत होणे, सामाजिकदृष्ट्या दूर जाणे, रागावणे, आत्महानीचे विचार, व्यक्त करणे, झोपेच्या सवयींमध्ये बदल दिसणे. अशा वेळी मुलांशी संवाद साधणे महत्त्वाचे आहे, तणावाचे कारण शोधण्यास मदत करावी,तज्ञांचा (मानसोपचार तज्ञ) यांचा सल्ला घ्यावा, मदत घ्यावी.

9. **नियमित आरोग्य तपासणीचे महत्त्व**

आजच्या जीवनशैलीत किशोरवयीन मुलांनाही अनेक आरोग्याच्या समस्या होऊ शकतात. त्यामुळे दरवर्षी आरोग्य तपासणी करून रक्तदाब, हिमोग्लोबिन, थायरॉईड, वजन, BMI इत्यादी बाबी तपासाव्यात. काही लक्षणे दिसण्याआधीच त्याचा अंदाज घेऊन योग्य उपचार करता येतो. या सवयीमुळे किशोरही आपल्या आरोग्याबाबत जागरूक होतात.

लस (TT)	**10 व 16 व्या वर्षी बूस्टर डोस**
रुबेला	MMR लसीचा भाग म्हणून किंवा मोनोव्हॅलंट लसीद्वारे, जर आधी नसेल दिली, तर 12-13 वर्षांच्या मुलींना 1 डोस दिला जातो.
MMR	12-13 वर्षांमध्ये 1 डोस (जर आधी दिला नसेल तर)
हिपॅटायटीस B	3 डोस (0, 1 आणि 6 महिने) जर आधी नसेल दिले तर
टायफॉईड	TA, Vi किंवा ओरल टायफॉईड लस प्रत्येक 3 वर्षांनी
व्हेरिसेला (चिकनपॉक्स)	12-13 वर्षांपूर्वी 1 डोस, आणि 13 वर्षांनंतर 2 डोस (जर आधी नसेल दिले तर)
हिपॅटायटीस A	2 डोस (0 आणि 6 महिने) जर आधी नसेल दिले तर
इनफ्लुप्लंजा	एप्रिल, ऑक्टोबर दरम्यान

पालकांसाठी पूर्वसूचना मार्गदर्शन (Anticipatory Guidance):

- किशोरवयीन मुलाला स्वतंत्र व्यक्ती म्हणून स्वीकारावे
- त्यांचे विचार, आवडीनिवडी यांचा आदर करावा
- त्यांचे विचार शांतपणे ऐकावेत
- इतर मुलांशी तुलना करू नये
- विवादात्मक विषयांवर टीका करू नये
- समस्यांवर उपाय शोधण्यासाठी त्यांना पर्याय निवडण्याची संधी द्यावी
- कृतीतून शिकण्यास प्रोत्साहन द्यावे
- त्याच्या्या गोपनीयतेचा सन्मान करावा
- संवाद स्पष्ट ठेवावा
- स्पष्ट आणि वाजवी नियम द्यावेत
- भावंडांशी तुलना टाळावी
- योग्य करिअर मार्ग निवडण्यास मदत करावी
- प्रौढ भूमिकेसाठी तयार करावे
- निर्विवाद प्रेम द्यावे
- चुकल्यास माफी मागण्याची तयारी ठेवावी

सकारात्मक पालकत्व, संस्कारांचे सुवर्णपान

पालकत्व ध्येयवादी आणि सकारात्मक वाटचाल

मुलांना मोठं करताना पालक म्हणून आपल्या जीवनशैलीचा त्यांच्या व्यक्तिमत्त्वावर खोल परिणाम होतो. त्यामुळे आपलं बोलणं, वागणं आणि दैनंदिन सवयी सकारात्मक, आशावादी आणि ध्येयवादी असणं गरजेचं आहे. घरामध्ये आदराचं आणि प्रेमाचं वातावरण असावं घरातील लहान-मोठ्यांचा सन्मान करणं, त्यांच्याशी जिव्हाळ्याचं नातं निर्माण करणं, हे मुलांच्या भावनिक आणि सामाजिक विकासासाठी अत्यंत महत्त्वाचं ठरतं.

Love all, Serve all

प्रेम, सहकार्य आणि आदर या मूल्यांमध्ये खरं बळ दडलं आहे.

पालक आणि मूल विश्वासाचा वटवृक्ष

- मुलांचं आत्मविश्वासपूर्ण, जबाबदार आणि संवेदनशील व्यक्तिमत्त्व घडवायचं असेल, तर घरात मनमोकळा संवाद, प्रेमळ शिस्त आणि आनंदी वातावरण असणं आवश्यक आहे.
- आई-वडिलांविषयी आदर वाटावा, अशी शिकवण द्यावी. आजी-आजोबांशी असलेली जवळीक आणि घरातील कामात सहभाग घेतल्याने मुलांमध्ये सहकार्य, जबाबदारी आणि कृतज्ञतेची भावना निर्माण होते.

शाळा आणि शिक्षक घडवणारे आधारस्तंभ

- शाळा ही केवळ ज्ञान, शिक्षणाचे नव्हे, तर मूल्यशिक्षणाचेही केंद्र असते.
- पालकांनी मुलांना शाळा आवडते का, ते आनंदाने शाळेत जातात का, हे जाणून घ्यायला हवं. शिक्षकांशी संवाद साधावा. तक्रार करण्याऐवजी सहकार्याची भूमिका घ्यावी.
- शिक्षक हा 'गुरू' आहे त्याच्याशी आदराने वागणं हे पालकांचं कर्तव्यच आहे.
- योग्य शाळा, संस्कारवर्ग, जीवनविद्या मिशन किंवा आर्ट ऑफ लिव्हिंगसारख्या संस्थांशी संबंध ठेवल्यास मुलांमध्ये सकारात्मकता, आत्मविश्वास आणि आनंद वाढतो.

अध्यात्म आणि संस्कृती मानसिक आरोग्याचा कणा

- रोजचं स्तोत्रपठण, आरती, भजन यांमुळे मन स्थिर राहतं, एकाग्रता वाढते आणि संस्कारांची पायाभरणी होते.
- अध्यात्म म्हणजे केवळ पूजा नव्हे, तर मनःशांती, आत्मपरीक्षण आणि सहिष्णुतेचा मार्ग.

वाचन, विचार आणि संवाद : बौद्धिक पोषण

- 'Read for Success', स्टोरीटेलिंग इ. उपक्रमांमुळे वाचनाची आवड निर्माण होते.
- मन समजून घेण्याची क्षमता वाढते. त्यातून सकारात्मक विचार, आत्मविश्वास आणि संवेदनशीलता या गुणांचा विकास होतो.

सामाजिक जाण : सजग नागरिक घडवण्याचा प्रयत्न

- मुलांना सामाजिक उपक्रमांमध्ये सहभागी करून घ्या रक्तदान, वृक्षारोपण, अन्नदान, समाजसेवा शिबिरे इ.
- या अनुभवांमुळे कृतज्ञता, सेवा वृत्ती आणि सहवेदना वाढते. मुलं केवळ स्वतःपुरती मर्यादित न राहता समाजासाठी विचार करू लागतात.

शारीरिक आणि मानसिक तंदुरुस्ती : जीवनशैलीचे पाठ

- क्रीडा, योग, व्यायाम आणि मैदानी खेळ यांमुळे न्यूनगंड दूर होतो, आत्मविश्वास वाढतो आणि सकारात्मक शिस्त निर्माण होते.
- नेतृत्वगुणांचा विकास होतो आणि आनंददायक आयुष्याची सवय लागते.

आर्थिक शिस्त : जीवनातील मूलभूत मूल्य

- एखादी वस्तू मिळवताना त्यामागचा वेळ, श्रम आणि खर्च याचं भान मुलांना असणं अत्यंत आवश्यक आहे.
- स्वयंपाक, खरेदी, शिल्लक, बजेट यामध्ये त्यांचा सहभाग वाढवा.
- त्यामुळे त्यांच्यात श्रम, पैसा आणि अन्न यांचं महत्त्व् कळेल आणि त्याचं योग्य मूल्य राखता येईल.

पालकत्वाचा निष्कर्ष : एकत्र वाटचाल

- चला तर मग,
- आपली पालकत्वाची भूमिका सकारात्मक, विचारशील आणि समजूतदार बनवूया. योग्य शिक्षक, शाळा, संस्था यांचं सहकार्य घेऊन आपण पाल्यांचं सुंदर व्यक्तिमत्त्व घडवूया.

कारण,

"जसे आपण, तशी आपली मुलं!"